കത്തുന്ന തലയണ

kathunna thalayana
stories
•
shihabuddin poythumkadavu
•
first edition
march 2011
•
typesetting
star communications, thiruvananthapuram
•
published
chintha publishers, thiruvananthapuram
•

•
cover
black mole

വിതരണം
ദേശാഭിമാനി ബുക്ക് ഹൗസ്
H O തിരുവനന്തപുരം–695 001

ബ്രാഞ്ചുകൾ
ഓവർബ്രിഡ്ജ് തിരുവനന്തപുരം • കെ എസ് ആർ ടി സി ബസ് സ്റ്റേഷൻ ആലപ്പുഴ • കെ എസ് ആർ ടി സി ബസ് സ്റ്റേഷൻ എറണാകുളം • ഐ ജി റോഡ് കോഴിക്കോട് • മാവൂർ റോഡ് കോഴിക്കോട് • എൻ ജി ഒ യൂണിയൻ ബിൽഡിങ് കണ്ണൂർ • സെൻട്രൽ ബസ് ടെർമിനൽ കോംപ്ലക്സ് താവക്കര കണ്ണൂർ • മച്ചിങ്ങൽ ലെയ്ൻ തൃശൂർ

CR - 1557 / 2665

കത്തുന്ന തലയണ

കഥകൾ

ശിഹാബുദ്ദീൻ പൊയ്ത്തുംകടവ്

ചിന്ത പബ്ലിഷേഴ്സ്
തിരുവനന്തപുരം-695 001
വില: ₹ 70

ശിഹാബുദ്ദീൻ പൊയ്ത്തുംകടവ്

1963 ന് കണ്ണൂർ ജില്ലയിലെ വളപട്ടണത്ത് ജനിച്ചു. പിതാവ്: സി പി ഇബ്രാഹിം. മാതാവ്: ഖദീജ. ഹിദായത്തുൾ ഇസ്ലാം എൽ പി സ്കൂൾ, രാമജയം യു പി സ്കൂൾ, അഴീക്കോട് ഹൈസ്കൂൾ, വളപട്ടണം ഗവൺമെന്റ് ഹൈസ്കൂൾ, തലശ്ശേരി ഗവൺമെന്റ് ബ്രണ്ണൻ കോളേജ് എന്നിവിടങ്ങളിൽ വിദ്യാഭ്യാസം. *ആർക്കും വേണ്ടാത്ത ഒരു കണ്ണ്, മഞ്ഞുകാലം, മലബാർ എക്സ്പ്രസ്, ശിഹാബുദ്ദീന്റെ കഥകൾ, തെരഞ്ഞെടുത്ത കഥകൾ* (കഥാസമാഹാരങ്ങൾ) *ഈർച്ച, നല്ല അയൽക്കാരൻ, ആലിവൈദ്യൻ* (നോവലെറ്റുകൾ) *കഥാപാത്രം വീട്ടുമുറ്റത്ത്* (ലേഖനസമാഹാരം) *കടൽ മരുഭൂമിയിലെ വീട്, നൂറ്റാണ്ടുകളായി കാത്തുവച്ചത്* (കവിതാ സമാഹാരം) *ജീവപര്യന്തം* (ഓർമകൾ) എന്നിവയാണ് പ്രധാന കൃതികൾ.

നിരവധി ടെലിസീരിയലുകൾക്ക് തിരക്കഥകൾ രചിച്ചിട്ടുണ്ട്. *കബർ* എന്ന ടെലിഫിലിം സംവിധാനം ചെയ്തു.

വി ടി ഭട്ടതിരിപ്പാട് അവാർഡ്, അബുദാബി കേരള സമാജം അവാർഡ്, എസ് ബി ടി കഥാപുരസ്കാരം, പി പത്മരാജൻ അവാർഡ്, കേരള സാഹിത്യ അക്കാദമി അവാർഡ് എന്നിവ നേടിയിട്ടുണ്ട്. വിവിധ യൂണിവേഴ്സിറ്റികളിൽ കഥകൾ പാഠപുസ്തകമാണ്. ഹിന്ദി, കന്നട, തെലുങ്ക്, തമിഴ്, ഇംഗ്ലീഷ് ഫ്രഞ്ച് ഭാഷകളിലേക്ക് കഥകൾ മൊഴിമാറ്റം ചെയ്യപ്പെട്ടിട്ടുണ്ട്.

സഹധർമിണി : നജ്മ എം കെ
മക്കൾ : റസൽ, റയാൻ, റസിയ, സഹീർ
വിലാസം : വളപട്ടണം പി ഒ
കണ്ണൂർ 10
ഇ–മെയിൽ : shihabkadavu@yahoo.com
blog : namukkidayil.blogspot.com

കഥകൾ

വിലാപങ്ങളുടെ നദിക്കരയിൽ
മറവി ഓർമയെ പിടിച്ചു തിന്നുന്നു.
കാറ്റ് ഓളങ്ങളെ തിന്നുന്നു.
ദൈവത്തിന്റെ വിശുദ്ധ യാഥാർഥ്യത്തിൽ
തലവെച്ചുറങ്ങുമ്പോൾ
എല്ലാ പ്രഭാതത്തിനും പുറത്ത് വെളിച്ചം.
ഞാൻ ജീവിച്ചിരിക്കുന്നു.
ജീവിതമേ, നീ നീട്ടിയ ഉപഹാരം നിറയെ
എന്റെ വരുംകാല ദയനീയതകളുടെ
ചോരപ്പാടുകൾ.
ദൈവമേ,
നിന്റെ യാഥാർഥ്യത്തിന്
ഒന്നുമായും സാദൃശ്യമില്ലല്ലോ.

ഈ സ്റ്റേഷനിൽ ഒറ്റയ്ക്ക്

ഒരിടത്ത് ഒരു റെയിൽവേ സ്റ്റേഷനുണ്ടായിരുന്നു. മരുഭൂമിയുടെ വിജനതയും ഏകാന്തതയുടെ ചുടുകാറ്റും വമിക്കുന്ന സ്റ്റേഷൻ, ഒരന്യഗോളത്തിലെന്നപോലെ നിലകൊണ്ടു. കാർമേഘപടലങ്ങളും അപൂർവപക്ഷികളും അതുവഴി ഭയപ്പാടോടെ മാത്രം കടന്നുപോയി. ദുരൂഹമായ ഏതോ കേന്ദ്രത്തിൽനിന്നും ഉത്ഭവിച്ച് മറ്റൊരു ദുർഗ്രാഹ്യമണ്ഡലത്തിലേക്കു നീളുന്ന ഒന്നായിരുന്നു സ്റ്റേഷനു മുന്നിലൂടെ കടന്നുപോകുന്ന പാളങ്ങൾ. അവ മിക്കപ്പോഴും ചുട്ടുപഴുത്തു നിന്നു. കരിങ്കൽക്കൂനകളിൽ പൂണ്ട് ഏതോ വിഷപ്പാമ്പിനെപ്പോലെ അതു മയങ്ങി. ടെലിഫോൺ കമ്പികളിൽ കാറ്റടിക്കുമ്പോൾ വിജനതയും ഒറ്റപ്പെടലും ചേർന്ന് മരണസമാനമായൊരു ഇരമ്പൽ രൂപംകൊണ്ടു.

സ്റ്റേഷനിൽ അകാലവാർധക്യം ബാധിച്ച ചെറുപ്പക്കാരനായിരുന്നു മാസ്റ്റർ. ബ്രിട്ടീഷ് അധീനതയുടെ വാസ്തുശിൽപ്പത്തിൽ പണിത ഉരുക്കുതൂണുകളും പ്രാചീനമായ മേൽക്കൂരയും കൊണ്ട് അത് മരിച്ചവരുടെ വീടിനെ അനുസ്മരിപ്പിച്ചു.

ഏകാന്തതയുടെ മഹാസമുദ്രത്തിലകപ്പെട്ട ആ സ്റ്റേഷൻ കാര്യവാഹി, മേലുദ്യോഗസ്ഥന്മാർക്ക് കത്തുകളെഴുതിക്കൊണ്ടിരുന്നു.

ബഹുമാനപ്പെട്ട സാർ,

ഇതിപ്പോൾ എത്രാമത്തെ ഹരജിയാണെന്നറിയില്ല. ഈ ഒഴിഞ്ഞ സ്റ്റേഷനിൽ സേവനനിരതനായി ഇരിക്കാൻ തുടങ്ങിയിട്ട് വർഷങ്ങളെത്രയായെന്നുമറിയില്ല. വന്നുവന്ന് എന്റെ ഭൂതകാലംപോലും എനിക്കു നഷ്ടപ്പെട്ടു. ശിശിരകാലക്കാറ്റുകളിൽപ്പെട്ട് ദൂരെ ഇലകൾ പൊഴിഞ്ഞുപോകുന്നത് എത്രയോ തവണ കണ്ടു. സത്യത്തിൽ ഈ ജോലിയിൽ ഞാൻ

നിയുക്തനാകുന്നത് ജീവപര്യന്തം ഏകാന്തതടവ് എന്ന നിലയിലല്ലേ സാർ? ആ സത്യമെങ്കിലും എന്നിൽനിന്നു മറച്ചുവെക്കാതിരുന്നുകൂടെ സാർ? ഒരാൾ ഏറെക്കാലം തനിയെ ആകുമ്പോൾ, തന്നെത്തന്നെ മാത്രം ചിന്തിച്ചുകൊണ്ടിരിക്കുമ്പോൾ അയാൾ സാമൂഹ്യപരമായ ഒരു നാടുകടത്തലിനു വിധേയമാകും; മറവിയുടെ പാതാളച്ചതുപ്പിലേക്കു പൂണ്ടുപോകും ഞാനിപ്പോൾ കാൽതൊട്ട് ശരീരത്തിന്റെ പകുതിവരെ പൂണ്ടുകഴിഞ്ഞു. ഇതെന്റെ ഭൂതകാലംതന്നെയാണെന്ന് ക്രൂരമായ സത്യം. മറ്റേ പാതിയാകട്ടെ എന്റെ ഭാവികാലമല്ലാതെ മറ്റെന്താണ്? ഇവയ്ക്കു നടുവിലെ എന്റെ ഭ്രാന്തമായ രാപ്പകലുകൾക്കു മുന്നിലൂടെ അർഥശൂന്യമായ റെയിൽപ്പാളങ്ങൾ. അവയിലൂടെ മനുഷ്യനേത്രങ്ങൾക്കു പിന്തുടരാനാവാത്തവിധം വേഗത്തിൽ ചിതറിപ്പാഞ്ഞകലുന്ന ഒറ്റപ്പെട്ട തീവണ്ടികൾ, അവയുടെ മുഴക്കങ്ങൾ... ഞാൻ ഈ പച്ചക്കൊടി വീശുന്നതുപോലും എന്തിനാണെന്നു പലപ്പോഴും തോന്നിയിട്ടുണ്ട് സാർ. ഈ കൊടിയെ ആരെങ്കിലും ഗൗനിക്കുന്നുണ്ടോ എന്നെങ്കിലും ദയവായി അറിയിക്കാമോ?

ഇത്രയും എഴുതിക്കഴിഞ്ഞപ്പോഴേക്കും അയാൾക്ക് ഏകാഗ്രത നഷ്ടപ്പെട്ടു. ദൂരെനിന്നു ഒരു ഇരമ്പൽ കേൾക്കുന്നുവോ? ഒരു തീവണ്ടിയുടെ? പാസഞ്ചറോ ചരക്കുവണ്ടിയോ?

വിനിമയം ചെയ്യാനാവാത്ത പ്രണയംപോലെ അതയാളെ എന്നും ശ്വാസംമുട്ടിച്ചിരുന്നു. സത്യത്തിൽ, മാസ്റ്ററെ ലോകജീവിതവുമായി ബന്ധിപ്പിച്ചിരുന്ന ഏക കണ്ണി ശാപ്പാട്ടിയായിരുന്നു. ശാപ്പാട്ടിയെന്നാൽ ഏകദേശം മനുഷ്യരൂപമുള്ള വേലക്കാരൻ. വേലക്കാരനെന്ന പദം എത്രകണ്ടു യോജിക്കും എന്നറിയില്ല. വിശക്കുമ്പോഴൊക്കെ ഒരേ രുചിയുള്ള താളമേളങ്ങൾ ലയിപ്പിച്ചെടുത്ത ഭക്ഷണവുമായി അയാൾ വരും. ശാപ്പാട്ടിയുടെ അറപ്പിക്കുന്ന അവയവങ്ങളും വെറുപ്പിന്റെ ഗോത്രപ്പൊലിമയുള്ള കണ്ണുകളും മലത്തിനു മീതെ ആർത്തു പറക്കുന്ന ഈച്ചയെ ഓർമിപ്പിച്ചു. മേലധികാരികൾക്കുള്ള കത്തുകൾ രജിസ്റ്റർ ചെയ്യാൻ ശാപ്പാട്ടിയെയാണ് മാസ്റ്റർ ആശ്രയിച്ചിരുന്നത്. മാസശമ്പളമെന്ന പേരിൽ അയാളെന്തോ കൊണ്ടുവന്നു തരുന്നു. അയാൾ കൊണ്ടുവരാറുള്ള ദിനപത്രങ്ങൾ പോലും വ്യാജമാണെന്നു മാസ്റ്റർക്കനുഭവപ്പെട്ടിരുന്നു.

മാസ്റ്റർ പതിവുപോലെ ചോദിക്കും:

"നിങ്ങൾ ആ കത്തുകൾ രജിസ്റ്റർ ചെയ്തിരുന്നില്ലേ?"

"മേലധികാരികളെ കണ്ട് നിങ്ങൾക്കൊന്ന് എന്റെ കാര്യം പറയരുതോ?"

"പകരം ഒരാളെ ഒരേയൊരു ദിവസത്തേക്കെങ്കിലും' എന്ന എന്റെ അപേക്ഷ അറിയിച്ചുവോ?"

ശാപ്പാട്ടി എല്ലാം അലസമായി കേൾക്കും. പിശാചിനും മനുഷ്യനുമിടയിലെ ഇടനിലക്കാരന്റേതുപോലെയായിരുന്നു അപ്പോഴയാളുടെ ഭാവം.

ശാപ്പാട്ടിയുടെ നിസ്സംഗതയും അശ്രദ്ധമായ പ്രതികരണവും കണ്ട് പലപ്പോഴും മാസ്റ്റർ പൊട്ടിത്തെറിച്ചു:

"എവിടെയാണ് നിങ്ങൾ ശ്രദ്ധിക്കുന്നത്? നിങ്ങൾ ഞാൻ പറയുന്നതു കേൾക്കുന്നുണ്ടോ? എന്റെ കത്തുകളും പരാതികളും നിങ്ങൾ മേലധികാരികളെ അറിയിക്കുന്നുണ്ടോ?"

അയാൾ ശൂന്യമായ കണ്ണുകളോടെ മാസ്റ്ററെ നോക്കും. എത്രയോ നൂറ്റാണ്ടുകളായി ആവർത്തിക്കപ്പെടുന്ന നോട്ടം. മാസ്റ്റർ അതോടെ കൊടിയ സങ്കടമടക്കാൻ പാടുപെടും.

"ഞാൻ ഡ്യൂട്ടിയുപേക്ഷിച്ച് എന്റെ പാട്ടിനു പോകും. എനിക്കിത് ഉപേക്ഷിക്കാൻ കഴിയില്ലെന്നു നിങ്ങൾ വിചാരിക്കുന്നുണ്ടോ?"

അയാൾ കൃഷ്ണമണിയില്ലാത്ത കണ്ണുകളായി നിൽക്കും.

അന്നും ഇതേ രംഗത്തിന്റെ ഒരാവർത്തനംകൂടി നടന്നു.

താൻ പതിവിലുമേറെ പ്രകോപിതനായെന്നും ഈ കിതപ്പ് വയസാകലിന്റേതുമാണെന്നും അയാളോർത്തു.

ഉപേക്ഷിക്കാനാവാത്ത ശിക്ഷയായി ഒരു നന്മ തന്നെ കാർന്നുതിന്നുന്നത് അയാളറിഞ്ഞു. തനിക്ക് ഈ സ്റ്റേഷനിൽ സമർപ്പിക്കാനുള്ള സേവനം ഒന്നേയുള്ളൂവെന്നും. അപകടങ്ങൾക്കു താനായി കാരണമാവരുത്. ഒരേ പാളങ്ങളിൽ രണ്ടു തീവണ്ടികളോടരുത്. പിഞ്ചു കുഞ്ഞുങ്ങൾ അലറിക്കരയരുത്. കുഞ്ഞുങ്ങൾ നഷ്ടപ്പെട്ട അമ്മമാരുണ്ടാവരുത്, വിധവകളുണ്ടാവരുത്.... അയാൾ കഠിനതടവിന്റെ ചങ്ങലയുരയുന്ന ശബ്ദം കേട്ടു. എനിക്കീ സ്റ്റേഷൻവിട്ട് പുറത്തു കടക്കാൻ ആവില്ലേ? അയാളുടെ ആത്മാവിനെ ഞെട്ടിച്ചുകൊണ്ട് വളരെ അപ്രതീക്ഷിതമായി ഒരു തീവണ്ടി അലറിപ്പാഞ്ഞുപോയി. അയാൾ മിന്നൽവേഗത്തിൽ സ്റ്റേഷനകത്തുചെന്ന് കൊടിയെടുത്തുയർത്തി. കടമ നിറവേറ്റിയ സംതൃപ്തിയാണോ താൻ, അതോ നിരർഥകതയുടെ ആൾരൂപമോ? ഓരോ തീവണ്ടി കടന്നുപോകുമ്പോഴും അയാളെ ഈ ചിന്ത മണിക്കൂറുകളോളം വേട്ടയാടി.

അതിന്റെ ഒടുവിൽ അയാൾ മേലുദ്യോഗസ്ഥന്മാർക്കു കത്തുകളെഴുതി. വേദനയാലും മനോപീഡനങ്ങളാലും അയാൾ ഒരു ഹരജിയിൽ പാലിച്ചിരിക്കേണ്ട സർക്കാർ ഭാഷപോലും മറന്നുപോയി. അത് ദീനമായ ഒരു വിലാപകാവ്യമായി താണുപോകാതിരിക്കാൻ ഏറെ സംയമനം പാലിച്ചിരുന്നു അയാൾ.

ഹരജിയിൽ ഒരിക്കലയാൾ എഴുതി:

എന്തിനാണ് സാർ ഇതുവഴി ഫോൺകമ്പികൾ കടന്നുപോകുന്നത്? ഒരിക്കൽപ്പോലും ആശയക്കൈമാറ്റം ചെയ്യാൻ കൂട്ടാക്കാത്ത തെമ്മാടിയായ ഭരണാധികാരിയാണോ ഇതിങ്ങനെ മുറുക്കിക്കെട്ടിയത്?

സ്റ്റേഷൻപരിസരം വിട്ടു പുറത്തുപോകാൻ അയാൾക്കൊരിക്കലും ധൈര്യം കിട്ടിയില്ല. ഒരിക്കലും എന്നു പറഞ്ഞുകൂടാ. ഒരേയൊരു തവണ

അതയാൾ ചെയ്തു. പാളങ്ങളിൽ തീവണ്ടിയുടെ മുഴക്കം ശ്രദ്ധിച്ചുപിടിച്ചു കരുതലോടെ ഏതാനും വാര അയാൾ പാളത്തിലൂടെ നടന്നു നോക്കി. നല്ല മഞ്ഞുള്ള ഒരു പ്രഭാതത്തിലായിരുന്നു അത്.

അയാൾ കണ്ടു:

വഴിവക്കിൽ ദുർഭൂതംപോലെ ടെലിഫോൺ പോസ്റ്റുകൾ. പക്ഷികൾ എന്തോ കണ്ടു ഭയന്നിട്ടെന്നപോലെ ഒറ്റമരം വിട്ടു പറന്നകലുന്നു.

സ്റ്റേഷൻ വിട്ടുള്ള ഓരോ ചുവടുവയ്പും അയാൾക്കു തികഞ്ഞ നിരുത്തുരവാദിത്തമായി അനുഭവപ്പെട്ടു. കടമയും അധികാരവും ചേർന്ന് നിസ്സഹായവും കഠിനവുമായ പാപബോധത്തിലേക്ക് അയാളുടെ ഹൃദയമിടിപ്പ് വർധിച്ചു വർധിച്ചു വന്നു. ദുർഗ്രാഹ്യമായ അകലങ്ങളിൽ മഞ്ഞുമൂടിയിരുന്നു. നീണ്ടുപോകുന്ന പാളങ്ങളിൽനിന്നു ശബ്ദത്തിന്റെ നേരിയ തരി ഭൂമിയിലേക്കു വീണുവോ? തീവണ്ടി വരികയാണോ? ദൈവമേ? അനാഥമായ എന്റെ റെയിൽവേസ്റ്റേഷൻ.. അയാൾ ഭയപ്പാടോടെ തിരിച്ചോടി കൊടിയെടുത്തു വീശാൻ തയാറായി നിന്നു.

ശാപ്പാട്ടി പലതവണ വന്നു. അയാൾ പിശാചിന്റെ മുഖം കഴുകിയിരുന്നില്ല. ഏകാന്തതയെ അതിജീവിക്കാൻ മാസ്റ്റർ തന്റെ വിശ്രമമുറിയിൽ ആൾക്കണ്ണാടികളും സുഖഭോഗവസ്തുക്കളും നിറച്ചു. നിറഞ്ഞുനിൽക്കുന്ന ഒരു ആൾക്കൂട്ടത്തിന്റെ ചിത്രം അയാൾ ചുമരിൽ ഒട്ടിച്ചുവച്ചു. ഏതാന്തതയെ മറികടക്കാൻ ശ്രമിച്ചു. ആദ്യമൊക്കെ വല്ലാതെ വിരസത തോന്നുമ്പോൾ കണ്ണാടിക്കു മുന്നിൽ ഏറെനേരം തന്നെത്തന്നെ നോക്കിനിൽക്കുകയും മറ്റാരും കാണുന്നില്ലെന്ന ഉറപ്പിൽ വിവിധതരം ഗോഷ്ടികൾ കാണിക്കുകയും ചെയ്തു. അതും മടുത്തുതുടങ്ങിയപ്പോൾ കണ്ണാടിക്കു മുന്നിലിരുന്ന് അയാൾ നൃത്തം ചെയ്തു. നർത്തകർ മറ്റൊരാളാണെന്നും താനതു കാണുകയാണെന്നും സങ്കൽപ്പിച്ചായിരുന്നു നൃത്തം. ക്രമേണ ഇതും ഒരസംബന്ധമായി അയാളെ മുഷിപ്പിച്ചു.

അധികം താമസിയാതെ അയാൾ സൗന്ദര്യവസ്തുക്കളും അലങ്കാരപദാർഥങ്ങളും വലിച്ചെറിഞ്ഞു. എല്ലാ ഉപഭോഗവസ്തുക്കളിലും മാസ്റ്റർക്ക് അജ്ഞാതമായൊരു ശവസാന്നിധ്യമനുഭവപ്പെട്ടു. വീണ്ടും പ്രാചീനഗന്ധമുള്ള ആ റെയിൽവേസ്റ്റേഷനും തീവണ്ടിക്കായുള്ള കാത്തിരിപ്പും ഏകാന്തതയും ചുടുകാറ്റും അയാളെ വേട്ടയാടി.

രണ്ട്

കടന്നുപോയ വർഷങ്ങളിൽ ഒരിക്കൽപോലും ഒരു തീവണ്ടിയുടെ വരവും അയാൾ അറിയാതിരുന്നിട്ടില്ല. ഒരു തീവണ്ടിക്കുപോലും അയാൾ കൊടി വീശിക്കൊടുക്കാതിരുന്നിട്ടില്ല. അയാൾക്കു വയസായിക്കൊണ്ടിരുന്നു. അയാളാകട്ടെ മേലധികാരികൾക്കു ഹരജികൾ അയച്ചുകൊണ്ടിരുന്നു. താൻ നിയമിക്കപ്പെട്ട തീയതിയും എഴുതിയ പരീക്ഷകളും നേടിയ

പരിശീലനങ്ങളുംപോലും അയാളുടെ ഓർമകളുടെ ശ്മശാനങ്ങളിൽ കബറടക്കപ്പെട്ടിരുന്നു. അങ്ങനെയിരിക്കെ, ശിശിരകാലം കടന്നുപോയ ഒരു നാൾ മാസ്റ്റർക്കു തോന്നി, തന്നെപ്പോലൊരാൾ ഈ പാളങ്ങളുടെ രണ്ടറ്റങ്ങളിലും ഉണ്ടായിരിക്കില്ലേ? ഉണ്ടാകും. പാളങ്ങളിലൂടെ നേരെ നടന്നാൽ അവയിലൊരാളെ തീർച്ചയായും കണ്ടുമുട്ടാം. പക്ഷേ, സ്റ്റേഷൻ ഉപേക്ഷിക്കാൻ വയ്യാ. അതിനിടയിൽ ഏതെങ്കിലും തീവണ്ടി കടന്നുപോയാലോ നിരുത്തരവാദിയായ ഒരുദ്യോഗസ്ഥൻ ചലനമുള്ള ഒരു ശവം മാത്രമാണ്. ലക്ഷണമൊത്ത ക്രിമിനലുമാണയാൾ.

പെട്ടെന്ന് അയാൾക്കൊരാശയം തോന്നി.

വർഷങ്ങളുടെ മറവിയിലൂടെ നൂറായിരം ഉരുക്കുതീവണ്ടികൾ ഇതുവഴി കടന്നുപോയിട്ടുണ്ട്. ഒരിക്കൽപോലും ഒരു തീവണ്ടിഡ്രൈവറെയും താൻ കണ്ടിട്ടില്ല. ഒരാളും എന്നെ അഭിവാദ്യം ചെയ്തിട്ടില്ല. പകലുകളിൽ, പാതിരാവുകളിൽ ഏതോ പ്രേതവാഹനം പോലെ അവ കടന്നുപോവുക മാത്രമായിരുന്നു. തന്റെ അസ്തിത്വത്തിന് ഒരു പ്രത്യഭിവാദനവും അവ തന്നിട്ടില്ല. ആയതിനാൽ – ആയതിനാൽ അയാൾ തന്റെ യൂണിഫോമിൽ വൈക്കോൽ നിറച്ച ഒരു പാവയുണ്ടാക്കി. ഒരു പച്ചക്കൊടിയും പിടിച്ച് അത് സ്റ്റേഷനിൽ നിന്ന് പാളത്തിലേക്ക് അൽപ്പം കുനിഞ്ഞ നിലയിൽ നിർത്തി. ശാപ്പാട്ടിയിൽ നിന്ന് അയാൾ എല്ലാം ഒളിപ്പിച്ചുവെച്ചിരുന്നു. ഏതോ അധോലോകഭരണാധികാരിയുടെ ചാരനാണയാൾ.

എല്ലാം ഭംഗിയായ നിലയിലാണെന്നു കണ്ടപ്പോൾ മാസ്റ്റർ സ്റ്റേഷൻ വിട്ടു നടക്കാൻ തുടങ്ങി. ഓരോ ചുവടുവെപ്പും കൊടിയ ഭാരമായി ഭൂമിയിൽ പതിച്ചു. ദുർഭൂതങ്ങൾ പാർക്കുന്ന ടെലിഫോൺ പോസ്റ്റുകളിൽ മുറുക്കിക്കെട്ടിയ കമ്പിയിൽ കാറ്റടിച്ചു. അവയുടെ മൂളൽകേട്ട് ജീവിതത്തിലാദ്യമായി മാസ്റ്റർക്ക് ഭയം തോന്നിയില്ല. സ്റ്റേഷൻവിട്ടകലുന്തോറും അയാൾക്കു താൻ പുതിയ ഭൂമിയിലേക്ക് പുതുതായി പിറക്കുന്നതായി തോന്നി. ഒറ്റമരത്തിൽ നിന്നും എന്തുകൊണ്ടോ പക്ഷികൾ ഭയന്നു പറന്നില്ല. അവ തികച്ചും അപരിചിതനും നല്ലവനുമായ ഒരു മനുഷ്യനെയെന്നപോലെ അയാളെ നോക്കി.

തന്റെ സ്റ്റേഷൻ ഇപ്പോൾ അകലെ ഒരു പൊട്ടുപോലെ മാസ്റ്റർ തിരിച്ചറിഞ്ഞു. ഇരുവശത്തുമുള്ള മരുപ്പറമ്പുകൾക്കു നനുത്ത നിറമുണ്ടെന്ന് അയാൾക്കു തോന്നി. സ്റ്റേഷനെ ചൂഴ്ന്നുനിന്നിരുന്ന പൗരാണികഗന്ധം തന്നെ വിട്ടുപോകുന്നതായി മാസ്റ്റർ തിരിച്ചറിഞ്ഞു. അകലെ ഒരു പക്ഷി പാടിയോ? സുഗന്ധലേപനം പൂശിയ ഒരു കാറ്റ് തന്നെ ചുംബിച്ചുവോ? പാളങ്ങളിലൂടെ മുന്നോട്ടു പോകുംതോറും യാത്രയ്ക്ക് ആന്തരികമായൊരു താളവും സുഖവും കൈവരുന്നതായി മാസ്റ്റർ അറിഞ്ഞു. ഈ വിജനതയിൽ ദൂരങ്ങളായി മറഞ്ഞുനിൽക്കുന്ന ദുരൂഹത കാഴ്ചയിൽ നിന്നു വിട്ടു തുടങ്ങുന്നു. ഇതാ പാളങ്ങളുടെ ഒരു വഴിത്തിരിവ്. മാസ്റ്റർ

നടുങ്ങി: പാളങ്ങൾ വഴിതിരിഞ്ഞു പോകുന്നത് ഒറ്റയ്ക്കാണ്! പാളങ്ങൾ ഒറ്റപ്പാളമായി ഇണപിരിഞ്ഞ് വീണ്ടും ദൂരങ്ങളിലേക്ക്... ദൈവമേ, അപ്പോൾ എന്റെ വണ്ടികളും ഒരായുഷ്കാല ദൃക്സാക്ഷിത്വങ്ങളും എന്തിനായിരുന്നു?

മാസ്റ്റർക്ക് കരച്ചിലടക്കാനേ കഴിഞ്ഞില്ല.

(മാതൃഭൂമി വാർഷികപ്പതിപ്പ് 1999)

യക്ഷിപ്പാണ്ട്

വീതിയേറിയ മാടമ്പിപ്പുഴയുടെ കരയിൽ നിന്ന് മാടമ്പിനഗരം റെയിൽവേ സ്റ്റേഷൻ ചിറക്കുന്നിനടുത്തേക്കു മാറ്റിയത് ആൽവിൻ സായ്പ്പായിരുന്നു.

പുതിയ റെയിൽവേ സ്റ്റേഷനു പിന്നിൽ വലിയ മൈതാനം. ആൽമരങ്ങൾ നിറഞ്ഞ മൈതാനം. നിലാവുള്ള രാത്രികളിൽ ചിറക്കുന്നിന്റെ ഉച്ചിയിൽക്കയറി നോക്കിയാൽ മൈതാനവും ആൽമരങ്ങളും ചേർന്ന് ഒരപൂർവപുഷ്പം പോലെ തോന്നിക്കുമായിരുന്നു. മൈതാനത്തിന്റെ ഓരങ്ങളിൽ തണ്ണീർപ്പന്തലുകളും കന്നുകാലികൾക്കുള്ള ജലക്കോപ്പുകളും ഉണ്ടായിരുന്നു. കാളവണ്ടികളുടെ കുടമണിക്കിലുക്കങ്ങൾക്ക് ഒരിടത്താവളമായിരുന്നു പകലുകളിൽ മൈതാനം. രാത്രിയാകട്ടെ ഭിക്ഷക്കാരും അലഞ്ഞു തിരിഞ്ഞെത്തുന്ന പാണ്ടികളും കിടന്നുറങ്ങാൻ മടിക്കുന്ന വിജനത. പുഴയോരത്തെ പാണ്ടികശാലകളും കടകളും പുലരുവോളം, പക്ഷേ സജീവം. പെട്രോൾ ബങ്കിനു മുന്നിലെ വെൽക്കം ഹോട്ടലിലെ ഗ്രാമഫോണിൽ നിന്നെത്തുന്ന ഗസലുകളും കവാലികളും നഗരത്തെ സംഗീതത്തിൽ നിറച്ചു. കട്ടൻചായയും കലത്തപ്പവും തിന്ന് രാത്രിയൗവനങ്ങൾ പാണ്ടികശാലകൾക്കു കാവലിരുന്നു. മാടമ്പിനഗരം അതിന്റെ പുരാവൃത്തങ്ങൾകൊണ്ടു മൂടപ്പെട്ടിരുന്നു. ചേരിയിലെ പഞ്ചായത്തുമാടങ്ങളിൽ നേരം പുലരുവോളം ഹാർമോണിയവും തബലയും നിറഞ്ഞു നിന്നിരുന്നു.

എന്നിട്ടും ഒരു തുരുത്തുപോലെ രാത്രികാലമൈതാനം റെയിൽവേ സ്റ്റേഷനു പിന്നിൽ ഒറ്റപ്പെട്ടു. ഈ വിജനതയ്ക്കു വിരാമം കുറിച്ചത് ആ പെണ്ണായിരുന്നു. ഒരു പൗർണമിരാവിൽ രാത്രിവണ്ടിയിലെപ്പോഴോ ആണ് അവൾ വന്നിറങ്ങിയതെന്ന് കുട്ട്യസ്സൻക്ക ഓർക്കുന്നു.

അവൾക്കു ചന്ദനപ്പൂവിന്റെ നിറമായിരുന്നു; മണമായിരുന്നു; ചിരി

യായിരുന്നു. അരക്കെട്ടിനു കീഴെ അഴിച്ചിട്ട കറുകറുത്ത തലമുടിക്കു കുന്തിരിക്കപ്പുകയുടെ മണമായിരുന്നു. കുപ്പിവളകൾ വീണു കുമിയും പോലെ അവൾ ചിരിച്ചു. മൈതാനത്തിലെ ആൽമരങ്ങളിൽ അവൾ ഊഞ്ഞാലാടി. നേരം പുലരുമ്പോഴേക്കും അവൾ അപ്രത്യക്ഷമായിക്കഴിഞ്ഞിരിക്കും. നിലാവുപെയ്യുന്ന രാവുകളിലൊക്കെ അവൾ കുളിച്ചൊരുങ്ങി വന്നു. നാട്ടിലെ ചെറുപ്പക്കാർക്ക് അവൾ വിരുന്നുമേശയും വിഭവവുമായി. തടിമരങ്ങളുമായി മല്ലിട്ടുറച്ച മസിലുകൾ, തഴമ്പുപിടിച്ച കൈപ്പത്തികൾ, എല്ലാം അവളുടെ സുഖമേഖലകളിലൂടെ കുഞ്ഞാടുകളെപ്പോലെ മേഞ്ഞുനടന്നു. മൈതാനം സജീവമായിത്തുടങ്ങി. അവൾ ഒരേസമയം ഒന്നിലേറെ ചെറുപ്പക്കാരെ രസിപ്പിച്ചു. ആൽമരത്തിന്റെ ഇലകളിലൂടെ ഊർന്നുകൊണ്ടിരുന്ന പൊട്ടിപ്പൊളിഞ്ഞ നിലാവെളിച്ചത്തിൽ അവൾ നൽകിയ ഒരു മുത്തവും ആരും മറന്നില്ല.

കുട്ട്യസ്സൻക്ക പറയുന്നു: "അവൾക്കു നൽകാൻ കഴിയുന്നത്രസുഖം ലോകത്തിലെ ഒരു പെണ്ണിനും തരാനാവില്ല. അവൾ സുഖത്തിന്റെ ജയിലിൽ അവരെ തടവിലിട്ടു. ചിലപ്പോൾ രാത്രി മുഴുവൻ നീളുന്ന കാമോത്സവങ്ങൾ. അവൾ ഒരേ സമയം പല സുന്ദരികളായി. പല പേരായി. ഒരു കൺകെട്ടുനൃത്തംപോലെ രാത്രി... പിന്നെ പുലരുമ്പോൾ കാണാതാവുന്ന പെണ്ണ്."

കുട്ട്യസ്സൻക്ക പറയുന്നു:

"പുലർച്ചയിലെ ലോക്കൽ വണ്ടിയിലാണവൾ ഓടിപ്പൊയ്ക്കൊണ്ടിരുന്നത്. അതെ, അതങ്ങനെതന്നെയാവണം."

ഒരിക്കലും അവൾ മാടമ്പിനഗരം തീവണ്ടിയാപ്പീസിൽ പകൽ വണ്ടിയിറങ്ങിയില്ല. നിലാവിന്റെ രാവുകളിൽ മാത്രം അവൾ വന്നു. മാടമ്പിനഗരത്തിലെ കരുത്തരായ ചെറുപ്പക്കാർ അവളെ കാത്തിരുന്നു. അവൾ നൽകിയ ഉന്മാദത്തിൽ അവർ നിലവിളിക്കുംപോലെ സുഖിച്ചു.

സുഖം പക്ഷേ എന്നും തിന്മയുടെ രാജ്യാധികാരമേഖല.

അവൾക്കും മാടമ്പിനഗരത്തിനും മീതെ ഒരു രഹസ്യംമാത്രം മറഞ്ഞുനിന്നു.

ചെറുപ്പക്കാരിൽ പലരും അപ്രത്യക്ഷമായിക്കൊണ്ടിരിക്കുന്നു. പകരം പുതിയ പുതിയ ചെറുപ്പക്കാർ വന്നുകൊണ്ടിരിക്കുന്നു. അപ്രത്യക്ഷമാകുന്ന യൗവനങ്ങളെക്കുറിച്ച് ആരും തിരക്കിയില്ല. നിലാവിന്റെ രാവുകൾക്കു വേണ്ടി പുതിയ പുതിയ യുവത്വങ്ങൾ അക്ഷമരായി നിന്നു തുടിച്ചു. മാടമ്പി നഗരം തീവണ്ടിയാപ്പീസിനു പിന്നിൽ അവരുടെ കാത്തിരിപ്പിന്റെ നിശ്വാസങ്ങൾ യുഗങ്ങളായി കരിഞ്ഞുവീണു.

ദൂരെ ഒരു പൊട്ടുപോലെ അവൾ പ്രത്യക്ഷപ്പെട്ടതും ചെറുപ്പക്കാർ ഓടിയണഞ്ഞു. അവൾ അവരോടൊക്കെ ചിരിച്ചു. "വണ്ടി കുറെ വൈകി. കാത്തിരുന്നു മുഷിഞ്ഞു അല്ലേ, വാ നമുക്ക് പോകാം."

അങ്ങനെയേതോ ഒരു പൗർണമിയിലാണ് കുട്ട്യസ്സൻ എന്ന, ഇരുളിന്റെ കരുത്തുള്ള ചെറുപ്പക്കാരൻ അവളുടെ കാൽക്കൽ വീണു കര

ഞ്ഞത്: "എനിക്കു നിന്നെ മറക്കാനാവുന്നില്ല പെണ്ണേ. കഴിഞ്ഞ ആഴ്ച എന്റെ കെട്ടിയോളും മോനും കിണറ്റിൽ ചാടി മരിച്ചു. നമ്മൾ തമ്മിലുള്ള ബന്ധം കാരണം. എന്നിട്ടും ദേ, നോക്ക്, നിന്നെയും പ്രതീക്ഷിച്ച് ഞാനീ തീവണ്ടിയാപ്പീസിനു പിന്നിൽ കാത്തിരിക്കാൻ തുടങ്ങിയിട്ട് എത്ര ദിവസമായെന്നോ. എനിക്കു ഭ്രാന്തു പിടിക്കും. എനിക്ക്..."

അവൾ അയാളെ തുടരാനനുവദിക്കാതെ സ്നേഹത്തന്റെ ഒരു നെടുനീളൻ ചുംബനത്തിൽ മുക്കിക്കളഞ്ഞു. അവൾ കാമലീലയുടെ മാന്ത്രികമായ ഒരു ചുവടുവെപ്പിൽ അയാളുടെ ഓർമകളുടെ തീക്കനൽ കെടുത്തി. അവയുടെ ചാരത്തിനു മുകളിൽ അവളും വർത്തമാനകാലവും മാത്രം തിമർത്താടി. തളർച്ചയുടെ മൂന്നാംപടവിൽ അയാൾ അവളോടു തേങ്ങി.

"നീ എന്റെ സ്വന്തം മാത്രമാവണം. നിന്നെ ഞാൻ കല്യാണം കഴിക്കും."

അവൾ പൊട്ടിച്ചിരിച്ചു.

"കാമത്തിന് ഇത്രയും സ്വാർഥത പാടില്ല കുട്ട്യസ്സൻക്കാ. എന്റെ ചൂടിനും മാന്ത്രികസുഖത്തിനും പുറത്ത് ദേ, എത്രയെത്ര പേർ കാത്തിരിക്കുന്നുണ്ടെന്നോ."

മാടമ്പിമൈതാനത്തിന്റെ നെഞ്ചിൽ ഒട്ടേറെ ആലിലകൾ കൊഴിഞ്ഞുവീണു. പുതിയ പുതിയ ഇലകളും പുതിയ പുതിയ നിലാവും വന്നുപോയി. രാത്രി വണ്ടിയിൽ അവൾ വന്നു. മാടമ്പിമൈതാനം യൗവനത്തിന്റെ ചുടുനിശ്വാസങ്ങളിൽ സജീവമായി. നിലാവുള്ള രാവുകളിൽ കൂട്ടുകൂടുന്ന മൈതാനക്കരയിലേക്ക് ഉമ്പായി എന്ന ചെറുപ്പക്കാരൻ തന്റെ നാലു ചക്രമുള്ള ചായമക്കാനി ഉന്തിക്കൊണ്ടുവന്നു. ഒരു പരീക്ഷണാർഥം. പക്ഷേ കച്ചവടം പൊടിപൊടിച്ചു.

ആകാശത്തെ നിലാക്കീറു നോക്കി ഉമ്പായി പലചരക്കുകടയിൽനിന്നു പലഹാരത്തിനുള്ള സാധനം വാങ്ങി. ഇന്ന് അഞ്ചു കിലോ നേന്ത്രപ്പഴം. ഇന്ന് ഇരുനൂറ് കല്ലുമ്മക്കായ്. ഇന്നു മുന്നൂറു ഉണ്ടപ്പുട്ട്. ഇന്ന് പതിനഞ്ചു കുപ്പിപ്പാല്...

ഉമ്പായിയുടെ മക്കാനിയിൽ നിലാവും കച്ചവടവും പൂത്തു. പുതിയ പുതിയ ചെറുപ്പക്കാർ. നേരം പുലരുമ്പോഴും കട്ടനും കടുപ്പനും ഊതിയൂതിക്കുടിക്കുന്ന യൗവനങ്ങൾ. സ്വസ്ഥമായ കച്ചവടം. ചില്ലറ ശബ്ദാസ്വാസ്ഥ്യം മാത്രം. അതിനിടയിലെവിടെനിന്നാണീ അരയ്ക്കുകീഴെ നേർത്തുപോയ കാലുകളുമായി ഇഴഞ്ഞ് ഈ വയസ്സൻ? അയാൾ ആരോടാണിങ്ങനെ പ്രാകിക്കൂവുന്നത്?

"ഓള് യക്ഷിപ്പാറുവാന്നേ... നിങ്ങള് പോകരുത് മക്കളേ. എന്റെ മോൻ വെള്ളം കുടിച്ചാ മരിച്ചത്. എന്റെ മോള് കെണറ്റില് വീണാ പോയത്. അനിയമ്മാരെ ഓള് കൊല്ലും. ഓള് യക്ഷിയാണേ."

എല്ലാ നിലാരാത്രികളിലും എവിടെനിന്നെന്നില്ലാതെ ഈ മനുഷ്യൻ ഇഴഞ്ഞെത്തി.

അയാൾ വിളിച്ചു പറയുന്നതൊന്നും ആരും ശ്രദ്ധിച്ചില്ല. ചിലർ സഹതാപം തോന്നി ഒന്നോ രണ്ടോ അണ എറിഞ്ഞുകൊടുക്കും. അതോടെ അയാളുടെ ഹിംസ പൂർവാധികം ശക്തിയിലാകും.

"നായിന്റെ മക്കളേ, നിന്റെ പൈശ എനിക്കും പാറൂനും വേണ്ട, എന്നാ ഞാനും പാറൂം രണ്ടും രണ്ടാ. കൂലോത്തെ എണ്ണയ്ക്കു തീ പിടിച്ചേ. മാരിക്കുരിപ്പിന്റെ മയ്യത്ത് ചുടലഭദ്രകാളി കൊണ്ടോയ്യേ... എന്റെ മക്കള് പോകല്ലേ..."

പറഞ്ഞു പറഞ്ഞ് അതൊരു ഈണമായി മാറും.

"നായിന്റെ മക്കളേ, നിന്റെ പൈശ എനിക്കും പാറൂനും വേണ്ട, എന്നാ ഞാനും പാറൂം രണ്ടും രണ്ടാ. കൂലോത്തെ എണ്ണയ്ക്കു തീ പിടിച്ചേ. മാരിക്കുരിപ്പിന്റെ മയ്യത്ത് ചുടലഭദ്രകാളി കൊണ്ടോയ്യേ..."

കുറെക്കഴിയുമ്പോൾ അയാൾ തളർന്നു വീഴും.

ഉമ്പായി ഒരു ചായയെടുത്ത് അയാൾക്കു കൊടുക്കും.

പീളകെട്ടിയ കുഴിഞ്ഞ കണ്ണുകൾ ഉമ്പായിയെ നോക്കും

ഉമ്പായി പറയും:

"കുടിച്ചോ ഉപ്പാപ്പാ... കുറേ നേരായി വർത്തമാനം പറയല്ലേ?"

അയാൾ പിന്നെ ഒരേ കരച്ചിലാണ്.

"കുടിച്ചോ ഉപ്പാപ്പാ... ഞാനല്ലേ പറേന്നത്."

അയാൾ വലിച്ചുകുടിക്കുന്ന ചായയിലേക്ക് അപ്പോഴും കണ്ണുനീർത്തുള്ളികൾ വീണുകൊണ്ടിരിക്കും.

ക്രമേണ അവർ ഉപ്പാപ്പയും പേരക്കിടാവുമായി മാറി.

ഉമ്പായി ഒരു തവണ ചോദിച്ചു:

"ഉപ്പാപ്പ എന്തിനാ ഇങ്ങനെ തൊണ്ടയിട്ടലറുന്നത്?"

"ഉപ്പാപ്പയ്ക്ക് ആരുമില്ലാഞ്ഞിട്ട്, മോനേ."

"ആരുമില്ലാത്തവര് ഇങ്ങനെ തൊണ്ടയിട്ടലറിയാ എല്ലാവരും ഉണ്ടാവ്വോ? ന്റെ കാര്യം തന്നെ നോക്ക്. എനിക്കാരൂല്ലല്ലോ. വാതം പിടിച്ചുകിടക്കുന്ന ഒരു ഉമ്മയല്ലാണ്ട്..."

ഉമ്പായി ഒരു പഴംപൊരിയെടുത്ത് അയാൾക്കു നീട്ടി.

അയാളതു വാങ്ങി പെട്ടെന്നു വലിച്ചെറിഞ്ഞു: "മയ്യത്ത്! നേന്ത്രക്കായീന്റെ മയ്യത്ത്. അത് മൈദകൊണ്ട് കഫൻ ചെയ്തതാ. എന്റെ മോനേ. എന്റെ കുഞ്ഞുബീബാത്തൂനെ..."

അയാൾ വീണ്ടും കരയാനും വിളിച്ചുപറയാനും തുടങ്ങും.

"ആ യക്ഷിപ്പാറുവാണ് എല്ലാരേം കൊന്നത്. എന്റെ മോനെ, മോളെ എന്നെ..."

ഉമ്പായി ചിരിക്കും.

"അതിന് ഉപ്പാപ്പ മരിച്ചില്ലല്ലോ."

"മരിച്ചാലേ മയ്യത്താവൂന്നുണ്ടോ ഉമ്പായീ?"

ഉമ്പായിക്കൊന്നും മനസിലായില്ല.

"നിയ്യത്താക്കി മരിച്ചോരേ

മയ്യത്തിന്റെ വെലയെന്ത്?
മയ്യത്തായി ജീവിക്കുന്ന
നിയ്യത്താണീ ദുനിയാവ്
നിയ്യത്താണീ ദുനിയാവ്"

ഉമ്പായി ചിരിക്കും.

"ഉപ്പാപ്പായ്ക്ക് ഈ പാട്ടേ അറിയൂ."

വയസ്സന്റെ കെട്ടുപുളിച്ച വായിൽനിന്ന് ഒരു ചിരി വന്ന് തലനീട്ടും.

"ഉമ്പായീ മോനേ... നീയൊരു പോയത്തക്കാരനാ. നിനക്കത് പറഞ്ഞാ മനസിലാവൂലാ."

അയാളുടെ കണ്ണുകൾ മാടമ്പിയിലെ തീവണ്ടിയാപ്പീസിലേക്കു നീണ്ടു. അതുവഴി കടന്നുപോയ ഒറ്റക്കണ്ണൻ ചരക്കുവണ്ടിയുടെ താളാത്മകമായ അലർച്ച ഏറെ നേരം അവരെ നിശ്ശബ്ദരാക്കി.

ചില്ലുവിളക്കിൽ കാറ്റടിച്ചുകൊണ്ട് ഉമ്പായി ഒരിക്കൽ വയസനോടു പറഞ്ഞു:

"ഇന്നു നിലാവ് വരാൻ താമസിക്കൂന്നാ തോന്നുന്നേ. ലോക്കല് വണ്ടി പത്തിനെത്തും."

വയസ്സൻ ഏതോ ദുസ്സൂചനയിലെന്നവണ്ണം പിടഞ്ഞുണരും.

"മോനേ ഉമ്പായീ, നീയിവിടെ അധികകാലം തമ്പടിക്കരുത്."

"അതിനാണല്ലോ ഉമ്പായി ഈ നാലു ചക്രം വച്ചിരിക്കുന്നത്. തോന്നുമ്പൊ കടവിൽ പോകാം. ചിറക്കുന്നീപ്പോകാം. മൂന്നു പെറ്റുമ്മാ നേർച്ച സ്ഥലത്തായാലും നിലാമുറ്റത്തായാലും കച്ചോടം പൊടിപൊടിക്കണം. അത്രതന്നെ."

"പക്ഷേ അവിടെയെങ്ങുമില്ലാത്ത ഒരപകടം ഈ ആലിൻചോട്ടിലെ കച്ചോടത്തിനുണ്ട് മോനേ..."

ഉമ്പായി ചില്ലുവിളക്കിൽ കാറ്റടിക്കുന്നത് ഒരു നിമിഷം നിർത്തി.

"നീയാ യക്ഷിപ്പാറൂനെ കണ്ടിട്ടുണ്ടോ?"

"ഇല്ല."

"ഭാഗ്യം, ഇനി കാണാനും പോണ്ട."

"അതെന്താ ഉപ്പാപ്പാ നിങ്ങൾക്കാ പെണ്ണുങ്ങളോട് ഇത്ര ദേഷ്യം?"

ഉപ്പാപ്പയുടെ മുഖം ക്രുദ്ധമായി വരുന്നത് ഉമ്പായി കണ്ടു.

"യക്ഷിയാണോള്. ചെറുപ്പക്കാരുടെ ചോരയീമ്പിക്കുടിക്കലാണോൾടെ പണി. ഓള് ഉപയോഗിച്ച ചെറുപ്പക്കാരൊക്കെ അകാലങ്ങളിൽ വയസ്സായി. അവരുടെ കാലുകൾ അകാരണമായി നേർത്തു, അരയ്ക്കു കീഴെ തളർന്ന എത്രയോ ജന്മങ്ങൾ എണ്ണപാത്തീല് മരിച്ചുപോയി, മോനേ..."

ഉമ്പായി അന്നാദ്യമായി ആ ഞെട്ടിക്കുന്ന കഥ കേട്ടു. കഥയ്ക്കും കെട്ടുകഥയ്ക്കുമിടയിൽ അവന്റെ വിശ്വാസം ശ്വാസം മുട്ടിയമർന്നു. അവൻ അലസമായി ഒരു ഗ്ലാസെടുത്തു കഴുകി കമഴ്ത്തി വെച്ചു. സമാവറിൽനിന്നു കരിയിളക്കി.

എന്നിട്ടും അവൻ ആലിൻചുവട്ടിലെ നിലാവിൽ കുപ്പിവള കുമിഞ്ഞു വീഴുന്ന ചിരികേട്ടു.

ഉമ്പായിയുടെ കണ്ണുകൾ അങ്ങോട്ടു നീങ്ങുമ്പോഴൊക്കെ ഉപ്പാപ്പ തന്റെ വടിയെടുത്ത് ക്രൂരമായി നിലത്തടിച്ചു.

"നോക്ക്."

ഉമ്പായി ഞെട്ടിയുണർന്നു.

"നിന്റെ പണി ചായക്കച്ചോടാ. ആ ചിരിക്കു ചെവികൊടുത്താലുണ്ടല്ലോ. പിന്നെ നിന്റെ വാതം പിടിച്ച ഉമ്മായ്ക്ക് ആരൂല്ലാണ്ടാവും. പറഞ്ഞിട്ടില്ലാന്നു വേണ്ടാ."

പിന്നെയാ സ്വരത്തിലെ പാരുഷ്യം ഒന്നു കെട്ടടങ്ങും. ഒരു കൂട്ടിച്ചേർക്കൽപോലെ കരച്ചിലിന്റെ നനവുള്ള ആത്മഗതം വരും.

"എനിക്ക് ഇടയ്ക്ക് തണുത്തുവിറയ്ക്കുമ്പോൾ, തളരുമ്പോൾ ഒരു കട്ടൻ ചായ..."

"ഉപ്പാപ്പാന്റെ പേരെന്താ?"

ഉപ്പാപ്പ നിർവികാരമായി ചിരിച്ചു.

"മൂപ്പൻ കുട്ട്യസ്സൻന്ന് കേട്ടിരുന്നോ മോനേ?"

"കേട്ടിരുന്നോന്നോ? ആൽവൻ സായ്പിന്റെ ജീപ്പെടുത്തു പൊക്കിയ കുട്ട്യസ്സൻക്കയല്ലേ? ഇരുളിന്റെ കൈത്തണ്ടയുള്ള മൂപ്പൻ കുട്ട്യസ്സൻക്കാ?"

"അതെ, ആ കുട്ട്യസ്സൻക്കാന്റെ മയ്യത്താണ് മോനേ ഇത്."

ഉമ്പായി ഞെട്ടിപ്പിടഞ്ഞു.

"എന്തായിക്കേൾക്കുന്നത്?"

ഉപ്പാപ്പയുടെ പാട്ട് സ്ഥാനം തെറ്റിവന്ന് അട്ടഹസിച്ചു.

"നിയ്യത്താക്കി മരിച്ചോരേ
മയ്യത്തിന്റെ വെലയെന്ത്?
മയ്യത്തായി ജീവിക്കുന്ന
നിയ്യത്താണീ ദുനിയാവ്
നായ്ന്റെ മക്കളേ
മയ്യത്താണീ ദുനിയാവ്"

നിലാവ് നുറുങ്ങിപ്പൊട്ടിയ മൂലയിൽ കുട്ട്യസ്സൻക്കയുടെ ചിരി ക്രൂരമാവുന്നു.

ഉമ്പായി അന്നു നേരത്തെ തന്റെ മക്കാനിയടച്ചു.

ഒരു വംശാവലിയുടെ മുഴുവൻ കാലുകളും നേർത്തു നേർത്ത് എണ്ണപ്പാത്തിയിൽ വീണുണങ്ങിയത് സ്വപ്നംകണ്ടു അന്നു രാത്രി ഉമ്പായി ഞെട്ടിയുണർന്നു.

കഥ തീരുകയാണ്...

മാടമ്പിപ്പട്ടണം കഴിഞ്ഞ് ഒട്ടേറെ കൽക്കരി തീവണ്ടികൾ കൂകിപ്പാഞ്ഞുപോയി. തീവണ്ടിയാപ്പീസിനു പിന്നാലെ മൈതാനവും മാവിൻതോപ്പും പലവുരു നിലാവിൽക്കുളിച്ചു. സുന്ദരിപ്പെണ്ണു വന്ന് ഒട്ടേറെ ജന്മങ്ങളെ എണ്ണപ്പാത്തിയിലിട്ടു. അതൊക്കെ രഹസ്യങ്ങളുടെ

കലവറയിലകപ്പെട്ടു. നിലാസുന്ദരിയും മാന്ത്രികലൈംഗികതയും നിതാന്തസത്യമായി നിലകൊണ്ടു. ഉമ്പായിയുടെ ചായമക്കാനിയും നിലാവും കുട്ട്യസ്സൻമൂപ്പനും കാലത്തിൽനിന്നും ഒരു കാതംകൂടി മുന്നോട്ടുപോയി.

കുട്ട്യസ്സൻ മൂപ്പന്റെ ശകാരപ്പാട്ടും പാറുവിനോടുള്ള ഒടുങ്ങാത്ത അഭിനിവേശവും ചായവണ്ടിക്കു കൂട്ടിരുന്നു. "നീയാ ചിരി കേട്ടു പോകരുത് മോനേ" എന്ന കുട്ട്യസ്സൻമൂപ്പന്റെ ദീനമായ നിലവിളികൾ ഒരർഥവും ഉൽപ്പാദിപ്പിക്കാത്ത പതിവുപാട്ടായി. ഒരു ദിവസം ഉമ്പായി പറഞ്ഞു: "ഉപ്പാപ്പാ ഒന്നു ശ്രദ്ധിക്കണേ, ഞാനൊന്ന് മൂത്രമൊഴിച്ചിട്ടു വരാം."

"മൂത്രിച്ചു വരാൻ ഇത്ര നേരമോ?"

ഉമ്പായി പോയിയൊളിച്ച ഇരുട്ടിനോട് ഉപ്പാപ്പ സംശയാസ്പദമായി കലമ്പി. അയാൾ തന്റെ വടിയെടുത്ത് അരിശത്തോടെ അടിച്ചു.

പിറ്റേന്നത്തെ രാത്രിയിലും ഉമ്പായി പറഞ്ഞു:

"ഉപ്പാപ്പാ എന്താന്നറീലാ, വയറ്റിലൊരു കോച്ചിപ്പിടുത്തം. ഞാനൊന്നു പൊറയ്ക്കിരുന്നിട്ട് വരാം."

തൂക്കു റാന്തലിന്റെ എണ്ണ കരിഞ്ഞു മങ്ങിയപ്പോൾ എങ്ങുനിന്നെന്നില്ലാതെ ഉമ്പായി കിതച്ചുവന്നെത്തി.

അവന്റെ മുഖം നിറയെ ധർമസങ്കടങ്ങളായിരുന്നു.

കുട്ട്യസ്സൻമൂപ്പൻ ഉമ്പായിയെ പുലഭ്യം പറഞ്ഞു.

എന്നിട്ടും ഉമ്പായി അയാൾക്കു ചായ കൊടുത്തു. അവന്റെ സ്നേഹത്തിന് ഉപാധികളുമുണ്ടായിരുന്നില്ല.

മാസങ്ങൾക്കകം അതു സംഭവിക്കുകതന്നെ ചെയ്തു.

ഒരു ദിവസം ഉമ്പായി പറഞ്ഞു:

"ഉപ്പൂപ്പാ എന്താന്നറീലാ, എനിക്ക് അധികനേരം നില്ക്കാമ്പറ്റ്ന്നില്ല. കാലുകൾ തളരുന്നു."

ഉപ്പാപ്പാ പറഞ്ഞു:

"ഉമ്പായീ, നീയാ പാനീസ് വെളക്ക് ഒന്നു നീട്ടിയേ."

പാനീസ് വെളിച്ചത്തിൽ അയാൾ കണ്ടു.

ഉമ്പായിയുടെ യൗവനം തുടിക്കുന്ന കാലുകളിൽനിന്നു മസിലുകൾ വറ്റിപ്പോയിരിക്കുന്നു. അവിടെ നേർത്ത മൂളിപ്പൊറ്റകൾ പടരാൻ തുടങ്ങിയിരിക്കുന്നു. പുളിങ്കൊമ്പിന്റെ തൊലിയുള്ള നേർത്ത കാലുകൾ.

കുട്ട്യസ്സൻമൂപ്പൻ നെഞ്ചത്തു കൈവച്ചു നിലവിളിച്ചു.

"ചതിച്ചല്ലോ മോനേ... എന്നാലും ന്റെ ഉമ്പായീ എന്നോടിത് നീ ചെയ്തല്ലോ. പാറു നിന്നെയും കൊന്നെടാ..." അയാളുടെ കരച്ചിലിന്റെ കാഠിന്യത്തിൽ തൊണ്ടക്കുഴലുകൾ പൊട്ടി ചോരയൊഴുകി.

ഉമ്പായിയുടെ ചായവണ്ടി അടഞ്ഞുകിടന്നു. കുട്ട്യസ്സൻമൂപ്പന്റെ കാത്തിരിപ്പ് നെടുവീർപ്പും കരച്ചിലുമായി. ചായവണ്ടിയും അവന്റെ കുടുംബവും അനാഥമായി. എണ്ണപ്പാത്തിയിൽകിടന്ന് ഉമ്പായി ഉപ്പാപ്പയെ ഓർക്കുന്നുണ്ടാവണം. പാറു തന്ന സുഖത്തിന്റെ ആർത്തിയിൽ ഒരി

ക്കൽക്കൂടി കുതറുന്നുണ്ടാവണം. ചിറകുകളില്ലാത്ത കഴുകന്റെ കരുത്തിൽ എണ്ണപ്പാത്തിയുലയുന്നുണ്ടാവണം.

മാടമ്പിമൈതാനത്തിൽ പുതുജന്മം പേറി നിലാവുകൾപലതും വന്നു.

ആ നിലാവുകളിലൊന്നിൽ–

വാരിപ്പുണരാനോങ്ങിയ ഒന്നാമത്തെ അടിമയോടവൾ ചോദിച്ചു:

"അതെന്താണൊന്ന് ഇരുട്ടിലൂടെ ഇഴഞ്ഞുവരുന്നത്? ഒരു കറുത്ത മുതലയെപ്പോലെ."

നോക്കിയിരിക്കേ മുല്ലപ്പൂകൊണ്ടു കെട്ടിയ ഊഞ്ഞാലിനു താഴെ വന്നെത്തി.

ഒരു മനുഷ്യരൂപം.

അവൾ അയാളെ നോക്കി.

അയാൾ ചോദിച്ചു:

"എന്നെ അറിയോ പാറൂ?"

പാറു ചടുലമായ ഒരു ചുവടുവെപ്പുപോലെ ചിരിച്ചു.

"ഇതാര് കുട്ട്യസ്സൻക്കയോ?"

അയാൾ ജ്വലിച്ചു:

"നീ ഊറ്റിക്കുടിച്ച ഒരു ജന്മവും തിരികെ വന്നിട്ടില്ലല്ലോ."

അവൾ അയാളുടെ മുടിയിഴകളിൽ തലോടിക്കൊണ്ടു പറഞ്ഞു:

"ആൽവിൻ സായിപ്പിന്റെ ജീപ്പ് പൊക്കിയ അരക്കെട്ടാണല്ലോ?"

അവളെ മണത്തതും സകലതും മറന്ന ആ പഴയ യൗവനം അയാൾക്കു തിരിച്ചു കിട്ടിയതുപോലെ. അയാൾ പ്രേമപൂർവം എഴുന്നേൽക്കാൻ ശ്രമിച്ചു.

അവൾ പൊട്ടിച്ചിരിച്ചു:

സാഹസം വേണ്ടാ ട്ടോ. ഇനിയൊരങ്കത്തിനു ബാല്യമുണ്ടാവില്ല."

കുട്ട്യസ്സൻ കിതച്ചു.

"സത്യം പറ. നീ യക്ഷിയാണോ വേശ്യയാണോ?"

അവൾ നിയന്ത്രണംവിട്ടു ചിരിച്ചു.

പ്രകൃതിയുടെ കർമഫലം.

പെട്ടെന്നയാൾക്ക് ഉമ്പായിയെ ഓർമ വന്നു. അയാൾ വാത്സല്യനിധിയായ ഉപ്പാപ്പയായി.

"നീയെന്റെ ഉമ്പായിയെയും കൊന്നു."

അയാൾ ഒറ്റക്കുതിപ്പിന് അവളുടെ കഴുത്തിൽ കൈയെത്തിച്ചു.

ആൽവിൻ സായിപ്പിന്റെ ജീപ്പ് പൊക്കിയ കൈകളിൽ പാറുവിന്റെ ചന്തമുള്ള കഴുത്ത്.

അവളുടെ പ്രണയാടിമകൾ അയാളെ പിടിച്ചുമാറ്റാൻ ശ്രമിച്ചു. കുട്ട്യസ്സൻ മൂപ്പന്റെ ഇരുളിന്റെ കരുത്തിനെ അവർക്കെങ്ങനെ പിടിച്ചുമാറ്റാനാവും?

ഒടുവിൽ കല്ലും മരക്കുറ്റികളുംകൊണ്ട് ഒരു ചുറ്റിവരിഞ്ഞ മലമ്പാമ്പിനെയെന്നപോലെ അവർ ആക്രമിച്ചു. വെട്ടിയും കുത്തിയും രാത്രി

യുടെ ക്രൂരമായ നൃത്തം കടന്നുപോയി. കുട്ട്യസ്സൻമൂപ്പന്റെ ഓരോ അവയവവും അവർ അടർത്തിമാറ്റി. എന്നാൽ അയാളുടെ വലംകൈ മാത്രം പറിഞ്ഞു വന്നില്ല. അത് ഒരു ജന്മത്തിന്റെ സാരാംശംപോലെ പാറുവിന്റെ കണ്ഠനാളത്തിൽ അമർന്നുകിടന്നു.

വൈകിയെത്തിയ ഒരു ചരക്കുവണ്ടി താളാത്മകമായി അലറിപ്പാഞ്ഞു പോയി.

നേരം പുലർന്നപ്പോൾ മൈതാനിയുടെ നടുവിൽ രണ്ടു ശവങ്ങൾ. പാറുവിന്റെ കഴുത്തിൽ അമർന്നു വിറങ്ങലിച്ച കുട്ട്യസ്സൻക്കയുടെ പറിഞ്ഞുപോയ വലംകൈ. പാറുവിന്റെ നിലവിളിയും മരണവും കടിച്ചുപറിച്ച നാക്ക്.

അന്നാദ്യമായി മാടമ്പിപ്പട്ടണത്തെ പ്രജകൾ അതു തിരിച്ചറിഞ്ഞു.

പാറു കാലത്തിലൂടെ യാത്ര ചെയ്യുന്ന യക്ഷി. അവളുടെ ദേഹത്താകെ പാണ്ടും പകർച്ചവ്യാധികളും.

നിലാവിന്റെ നുറുങ്ങുകളിൽ അവളുടെ യക്ഷിത്വവും പാണ്ടും സമർഥമായി ഒളിപ്പിക്കപ്പെട്ടു. അവൾ കൂടുതൽ വെളുത്തു. കൂടുതൽ സുന്ദരിയായി.

ഈ കഥ തീരുകയാണ്.

യക്ഷി അതിന്റെ ഭൗതികശരീരം മാത്രം നമ്മളെയേൽപ്പിച്ചു. കടന്നുപോയി.

കാലം പറയുന്നു.

അവളിപ്പോൾ പ്രപഞ്ചത്തിനു മുകളിൽ ഒരിക്കലും മരിക്കാത്ത ശക്തിയാണ്. മാടമ്പിയുടെ പ്രവിശ്യയും കടന്ന് ഭൂമിക്കു മീതെ പുതിയ നിലാവും കാത്തിരിക്കുന്നു.

(ഇന്ത്യ ടുഡേ – 1997)

വീടുകൾക്കും ജീവനുണ്ട്

എനിക്കുണ്ടായിരുന്ന ഒരു വീടിനെപ്പറ്റി പറയൂ എന്നു നിങ്ങളാവശ്യപ്പെടുമ്പോൾ ഞാനെന്തു പറഞ്ഞൊഴിയാനാണ്? വീടിനു ചുറ്റും ചുഴികളും ഉൾപ്പിരിവുകളുമുള്ള മൂന്നു നാലു പുഴകളുണ്ടെന്നും അവ യഥാക്രമം എന്റെ ബാല്യകൗമാരയൗവനങ്ങളാണെന്നും പറഞ്ഞാൽ കാവ്യാത്മകമായ ദുർഗ്രാഹ്യത അതിനെ പൊതിഞ്ഞുപോയേക്കും. പക്ഷേ, കഥയിൽ നിന്നു പുഴകളെ മാറ്റിനിർത്താൻ കഴിയില്ല എന്നതുകൊണ്ട് അതു പറയാതെ, പുഴ കടക്കാതെ, വീട്ടിലെത്താൻ കഴിയില്ല എന്നതാണ് സത്യം.

ഒന്നാം പുഴയ്ക്കു കടുംക്രൂരതയുടെ നിറമാണ്. ദാരിദ്ര്യവും വിശപ്പും മാതാപിതാക്കളുടെ കലഹവും തൊഴിയും ബോധംകെടലും അയൽപക്കക്കാരോടിവരലും. ഈ പുഴയിൽനിന്ന് ഓരോ മുതല വന്ന് എന്റെ എത്രയെത്ര നിഷ്കളങ്കതയുടെ ഇളം ബലമുള്ള അവയവങ്ങളാണ് കൊത്തിപ്പറിച്ചുകൊണ്ടുപോയതെന്നോ. പലപ്പോഴും കൈവിരലുകൾ. ചിലപ്പോൾ കാലുകൾ ഒറ്റവലിക്ക് പറിച്ചു. ചിലപ്പോൾ ഒറ്റക്കൊത്തിനു തലച്ചോറെടുത്ത്... പേടിച്ചു പകച്ച് എനിക്കു കരയാൻകൂടി അറിയാതെയായി. വീടിനു പിന്നാലെ കുന്നിൽനിന്നെടുത്ത മണ്ണെടുത്ത് ചിരട്ടകൊണ്ട് പുട്ടു ചുട്ടു. നാവിൽ വെച്ചപ്പോഴാണറിയുന്നത് സ്വപ്നവും മണ്ണിന്റെ രുചിയും രണ്ടും രണ്ട്. വഴിയരികിലെ തീട്ടം കാണുമ്പോൾ കൊതിയോടെ നിന്നുപോയ കാലമായിരുന്നു അത്. തീട്ടം ഭക്ഷണയോഗ്യമാക്കാത്ത അയുക്തികതയിലിരുന്നു ദൈവത്തെ ഒരുപാടു തവണ ശപിച്ചിട്ടുണ്ട്.

രണ്ടാം പുഴയിൽ കടുംനീലവിഷമാണ് ഏറെയും. പുതുശക്തിയും സ്റ്റണ്ടും ഗീതയും എന്നെ സ്നേഹിച്ചു. മേൽപ്പറഞ്ഞവ അശ്ലീലപ്രസിദ്ധീകരണങ്ങൾ. അക്ഷരങ്ങൾ എന്നെ കൊതിയോടെ ഉമ്മവെക്കുന്നതും

ശരീരം നിറയെ മൃദുവിരലിൽ പാഞ്ഞുനടക്കുന്നതും ഞാനറിഞ്ഞു. ഈ ലോകത്ത് ആർക്കും വേണ്ടാത്ത ഒരാളെ അക്ഷരങ്ങൾ അതിന്റെ ഏകാന്തമായ ഒളിസങ്കേതത്തിലേക്കു കൂട്ടിക്കൊണ്ടുപോയി തൂവൽച്ചുണ്ടുകൊണ്ടു തലോടി. അക്ഷരങ്ങൾ പക്ഷേ, ഇടയ്ക്കു നരഭോജികളായ മുതലയായിച്ചുവന്ന് ഒരു കടി കടിക്കും. ചിലപ്പോൾ എന്റെ കഴുത്തിന് ഒരു ഓട്ട വീഴ്ത്തിക്കൊണ്ടാവും അത് മാംസവുമായി താഴേക്കു കൂപ്പുകുത്തിക്കളയുന്നത്. പിന്നീട് അത് ക്ഷമാപണത്തോടെ തിരിച്ചുവന്ന് എന്നെ ഇക്കിളിയിട്ടു സാന്ത്വനിപ്പിക്കും. ഒരിടത്ത് ഒരു അമ്മിണിയുണ്ടായിരുന്നു. കൊഴുത്ത മുലകളും തടിച്ച തുടകളുമുള്ള ഒരു മാദകത്തിടമ്പ്. കാമംകൊണ്ടു പൊറുതിമുട്ടി അവൾ പുരുഷന്മാരെ ആർത്തിയോടെ വലിച്ചുകുടിക്കാറുണ്ടായിരുന്നു. ഒരു ദിവസം... അക്കാലങ്ങളിൽ എന്നെ അലട്ടിയിരുന്ന രണ്ടു പ്രധാന സംശയങ്ങൾ ഇവയായിരുന്നു. ഒരു തുള്ളി ശുക്ലം അറുപതു തുള്ളി രക്തംകൊണ്ടാണ് ഉണ്ടാകുന്നതെന്നതു സത്യമാണോ? സ്ത്രീക്ക് സ്ഖലനമുണ്ടോ?

....അങ്ങനെ ഈ പുഴയിൽ വഴിതെറ്റിത്തെറ്റി, കഥ പറഞ്ഞിരിക്കേ അക്ഷരങ്ങൾ കണ്ണു ചുവന്ന മുതലയായി ഒറ്റക്കുതിപ്പിന് എന്റെ വലംകൈയും കടിച്ചെടുത്ത് ഒരൊറ്റച്ചാട്ടം. പകച്ചുനിൽക്കുന്ന എനിക്കു മുന്നിൽ ആൾക്കൂട്ടം ഒരായിരം മുതലകളായി കണ്ണുചുവപ്പിച്ച്... ഞാൻ എന്റെ മുറിവിന്റെ മാളത്തിലേക്ക് ഒളിച്ചു. അവിടെ ഞാൻ ദൈവത്തെയും പിശാചിനെയും ഒരുപോലെ ഭയന്നുകഴിഞ്ഞു. ഒളിച്ചും പേടിച്ചും എന്റെ കാഠിന്യകൗമാരങ്ങൾ ഒരു കറുത്ത തീവണ്ടിപോലെ നെഞ്ചിനെ കീറിപ്പിളർത്തി പാഞ്ഞുപോയി.

ഇനി യൗവനത്തിന്റെ പുഴ. പുതുശക്തി, സ്റ്റണ്ട്, ഗീത എന്നീ പ്രസിദ്ധീകരണങ്ങൾ അപ്പോഴേക്കും നിലച്ചുകഴിഞ്ഞിരുന്നു. പകരം ഉച്ചവെയിൽ കണ്ണിൽ ഉളിയിട്ടു തിരിക്കുന്ന ഉച്ചപ്പടങ്ങളിലേക്ക് അത് ഇരുമ്പുപാദങ്ങൾ വെച്ചു. അറുതിയില്ലാത്ത വിഡ്ഢിത്തം നിറഞ്ഞ പഴയ തമിഴ് പടങ്ങൾക്കിടയിലൂടെ വന്നേക്കാവുന്ന നീലക്കഷ്ണം. തിളച്ചുരുകുന്ന വിറബാധിച്ച്, നെഞ്ചിടിപ്പു കാത്തിരുന്ന ദരിദ്ര ഗ്രാമീണയൗവനങ്ങൾ. തടിച്ചു മാംസം തൂങ്ങിയ നാലാംകിട വേശ്യയുടെ മാറിടത്തിലേക്കു ബീഡി വലിച്ചുകറുത്ത ഒരു ഉണക്ക യൗവനത്തിന്റെ അറപ്പിക്കുന്ന ബലപരീക്ഷണ പരാക്രമങ്ങൾ, തിയറ്ററിലെ ആരവങ്ങൾ. ആരവങ്ങൾക്കിടയിലെ അതിനെക്കാൾ ശബ്ദമുള്ള എന്റെ വലിയ ഏകാന്തത, പടം തീർന്നപ്പോൾ പുറത്ത് ചെ ഗുവേരയും നക്സൽബാരിയും പെയ്തൊഴിഞ്ഞ മണ്ണ് പാടേ ഉണങ്ങിപ്പോയിരുന്നു. ഒരു തലമുറ കണ്ണീരായി, കരുത്തായി പെയ്തുപോയ ഉണക്കം. സുഹൃത്തേ, ദൈവമേ, നീയെനിക്കായി ഒന്നും ബാക്കി വെച്ചില്ലല്ലോ. ഈ മൗഢ്യത്തിന്റെ അന്ധകാരമല്ലാതെ. ഈ പുഴ നിറച്ചും ഇരുട്ടാണ്. ഇരുട്ടിലാണ് മുതലകൾ വന്നത്. അത് ചോരമണക്കുന്ന എന്റെ ഓർമകളെ മുഴുവൻ ആഹരിച്ചു മടങ്ങി. ഇംഗ്ലീഷ് തോറ്റ പ്രീഡിഗ്രികളാണ് ഗ്രാമദാരിദ്ര്യങ്ങളെ കൂട്ടത്തോടെ കഴുമരത്തിലേറ്റിയത്. സ്കൂളിലെ

ഉപ്പുമാവും പുഴുവും പച്ചമുളകും സമരവും കഴിഞ്ഞ് പ്രീഡിഗ്രിയിൽ ഇംഗ്ലീഷ് ഒരു മുതല. കാണാപ്പാഠവും എസർട്ടീവ് സെന്റൻസും കഴിഞ്ഞ് ആരൊക്കെയോ മരണപരാക്രമത്തോടെ നീന്തിക്കയറാനൊരുങ്ങുന്നു. കരയിലെ ഗ്യാലറിയിൽനിന്ന് ആർത്തട്ടഹസിച്ചു ചിരിക്കുന്നത് ഇംഗ്ലീഷ് മീഡിയം കുട്ടികളാണ്. അവരുടെ ടൈയിട്ട പ്രസന്നത നിറച്ചും ഇംഗ്ലീഷിന്റെ മധുരാഹങ്കാരങ്ങൾ, ഊട്ടി, കൊടൈക്കനാലുകൾ... പറയാനേറെയുണ്ടെങ്കിലും നമുക്കീ പുഴയും മുറിച്ചു കടക്കാം. ദാ, വീടെത്തുന്നു.

അവിടെ ദാരിദ്ര്യം കരിഞ്ഞൊട്ടിയ അലൂമിനിയപ്പാത്രം, വിഭാഗീയതകൾ. ഒരു വീട്ടിൽ നാലടുപ്പുകൾ. വറ്റിയ കിണറ്റിൻകരയിൽനിന്നുള്ള കുടിനീർക്കലഹങ്ങൾ. (വീടിനകത്ത് പാത്രങ്ങൾ കൂട്ടിമുട്ടുന്ന ശബ്ദത്തിനുപോലും എന്തെന്ത് അർഥങ്ങളാണെന്നോ). പിന്നെ തലപൊട്ടിയ ചോര. കൂട്ടനിലവിളികൾ. ശാപാക്രാന്തങ്ങൾ. ഭയന്നു വിറങ്ങലിച്ചു ഞാൻ പുഴകളത്രയും നീന്തിക്കടന്ന് ബാല്യത്തിന്റെ കൊടിയ ദ്വാരം വീണടർന്ന മാംസത്തിലേക്കൊളിക്കുന്നു. അവിടെ ഭാഷയില്ലാത്ത വികാരം ഒരിരുമ്പുകിണ്ണമായി എന്നെ കമിഴ്ത്തി രക്ഷിക്കുന്നു. കുട്ടികളുറങ്ങുമ്പോൾ ഈശ്വരൻ രഹസ്യമായി വന്ന് മുത്തമിടുന്നു; തലോടിക്കരയുന്നു. ഇതു നിന്റെ ഓഹരി. കുടിച്ചുതീർക്കാതെ പറ്റില്ലല്ലോ കുഞ്ഞേ. കാലത്തിനു മുന്നോട്ടു പോകാൻ നിന്റെ കണ്ണീരും ചോരയും കുറെ വേണം.

അടിച്ചും ശപിച്ചും മൂർധാവിൽ കൈവെച്ച് ആർത്തുകരഞ്ഞും വീടിന്റെ ഭാഗംവെപ്പു കഴിഞ്ഞു. ലോകം വികാരമയമാണ്. തിളച്ച എണ്ണയിൽ കടുകായി വീണു പൊരിയുന്ന ജന്മമാണ്. അസ്തമയസൂര്യനും നിലാവിനും ഒന്നും സംവദിക്കാനറിയില്ല. ഒരു ചുക്കും. കൊടുംക്രൂരതകളുടെ നിർവികാരസാക്ഷിത്വമാണത്. ഉമ്മ കരഞ്ഞുതീർത്ത കണ്ണീർമഴകൾ ഒരരുവിയായി മാറി ദൈവത്തെ അന്വേഷിച്ചുചെന്ന് ചോദ്യം ചെയ്യും. ഉമ്മ പറഞ്ഞു: "ഇത് പിഴച്ച ജിന്നുകളുടെയും ശൈത്താന്മാരുടെയും കളിയാണ് മോനേ. ഉമ്പായിക്ക പറഞ്ഞാ പറഞ്ഞതാ. ഉൾക്കാഴ്ചയുള്ള കണ്ണാ. നമുക്കൊരു കുത്ത്റാത്തീബ് കഴിച്ചാലോ." ഉമ്പായിക്ക തന്ന തകിട് വീടിന്റെ നാലതിരിലും കുഴിച്ചിട്ടു. മെലിഞ്ഞു നീണ്ട അയാൾ അർധബോധാവസ്ഥയിൽ പുലമ്പി: "പോയ്ക്കോളണം. നിനക്ക് ഉമ്പായീനെ തിരിഞ്ഞിറ്റില്ല. കളിച്ചാ കളി പഠിപ്പിക്കും ഞാൻ. വഴിമാറി പോയ്ക്കോളണം." ഉന്മാദരോഗിയായ ഇക്ക പറഞ്ഞു: "ഉമ്പായിക്കാ, ഇത് കൂളിന്റേയും കാളീന്റേം ജിന്നിന്റേം പണിയൊന്നുമല്ല. അമേരിക്കയുടെ കളിയാണ്. ഞാനിന്നലെ ഉറങ്ങുമ്പോ, അതെ, ഇന്നലേംകൂടി പെന്റഗൺ വന്നെന്റെ ചോര സിറിഞ്ചിലാക്കി കൊണ്ടുപോയി."

ഉമ്പായിക്ക ഇക്കയെ തുറിച്ചുനോക്കി. ഒന്ന് ഇരുത്തിമൂളിക്കൊണ്ടു പറഞ്ഞു:

"നാൽപ്പതു കൊല്ലം മുമ്പ് കുളിമുറീലെ കഴുക്കോലിൽ തൂങ്ങിമരിച്ച അമ്പുമേസ്തിരിയാ ഇവന്റെ ശരീരത്തില്. ഒന്ന് വിസ്തരിച്ച് ഉറുക്കെഴുതണം. ഇവന്റെ ഭ്രാന്ത് മാറും."

ഉമ്മ പറഞ്ഞു:

"പണ്ട് മഗ്‌രിബ് കഴിഞ്ഞാൽ ഞങ്ങള് പേടിച്ച് മുറ്റത്തിറങ്ങില്ല. ഇരുട്ടിത്തുടങ്ങുമ്പോ തുടങ്ങും. ശൈത്താന്മാരും മക്കളും ജാഥജാഥയായി, അതിൽ കൂളി, ഒറ്റമുലച്ചി, തീച്ചാമുണ്ടി, തൊണ്ടുരുട്ടി, പൊറ്റപ്പൊതിയൻ... കൂളി ഒറ്റക്കൂക്കാണ്. ചെവിക്കായം പതച്ച് പുറത്തുവരും. പോരാത്തതിന് കുറുക്കന്മാര്ടെ ഓരിയിടലും. വാതിലൊക്കെയടച്ച് ഞങ്ങൾ പേടിച്ചുകഴിയും. പിന്നെയൊരു നാലുമണി കഴിയുമ്പോ ഒരു കുതിരക്കുളമ്പടി കേൾക്കാം. ഫഖീർ മഖാമിൽ കിടക്കുന്ന ഔലിയ മക്കയിലേക്കു സുബ്ഹി നിസ്കരിക്കാൻ പോകുന്ന പോക്കാണ്. കുതിരക്കുളമ്പടി കേൾക്കേണ്ട താമസം. കൂളിയും കാളിയുമൊക്കെ പേടിച്ച് തൂറി പാഞ്ഞൊളിക്കും. മഖാമിലെ ഓറെ തലമുട്ട് കണ്ടാ പിന്നെ ആ പരിസരത്ത് കാണൂലാ."

"മഖാമിലെ ഓറെ കണ്ട് നമ്മേക്ക് സങ്കടം പറഞ്ഞൂടെ ഉമ്മാ?"

"പറ്റൂല മോനേ, നമ്മളൊക്കെ തരംതാണ മനുഷ്യന്മാരാ. വഴിമുടക്കിക്കൂടാ. അതിനുള്ള യോഗ്യതയും നമക്കില്ല. ഉപ്പാപ്പ ഒരു ദിവസം കുതിരക്കുളമ്പടി കേട്ട് ജനാലവഴി ഒന്നു തലയിട്ടു നോക്കിയതാ. പച്ചക്കുപ്പായവും ചുവന്ന തലപ്പാവും ധരിച്ച് വെളുത്ത കുതിരപ്പുറത്ത് സൂര്യനെപ്പോലെ തിളങ്ങുന്ന മുഖം. ഉപ്പാപ്പ ഒന്നേ നോക്കിയുള്ളൂ. പിന്നെ മിണ്ടിയിട്ടില്ല, മരിക്കുന്നതുവരെ. പിന്നീടൊരിക്കലും നാലുമണിനേരത്ത് കുതിരക്കുളമ്പടി കേട്ടിട്ടില്ല. ഒളിഞ്ഞു നോക്കിയത് ഓർക്കിഷ്ടായിട്ടില്ല. ഈ വീട് നാനാവിധമായി. വീട്ടിൽ തിളച്ച വെള്ളത്തിലിട്ട അരിക്ക് ഐശ്വര്യമില്ലാതായി. ഒരു സേറ് അരിയിട്ടാൽ അരസേറ് ചോറ്. അംഗങ്ങൾക്കു പരസ്പരം കണ്ടുകൂടാതായി... ദാരിദ്ര്യം വിട്ടൊഴിഞ്ഞ നേരമില്ലാതായി. ഭ്രാന്തും ദീനവും ഈ വീട്ടിൽനിന്നൊഴിഞ്ഞ കാലൂണ്ടോ?" ഉമ്മ ചോദിക്കുന്നു – ഒക്കെ ശൈത്താന്മാര്ടേം അവര്ടെ മക്കളേം പണിയാ."

ഇങ്ങനെ പറഞ്ഞുപറഞ്ഞ് ഉമ്മ ഒരു കൂറ്റൻ പാറപോലെ ജീവിതത്തെ ഉന്തിനീക്കിക്കൊണ്ടിരുന്നു. പെന്റഗൺ വന്ന് ഇക്കയുടെ ചോര കൊണ്ടുപൊയ്ക്കൊണ്ടിരുന്നു. കെട്ടുകഥയ്ക്കും യാഥാർഥ്യത്തിനുമിടയിൽ ഞാൻ തരംതിരിച്ചറിയാത്ത അറിവായി. ശരിക്കു പറഞ്ഞാൽ നമ്മുടെ കാലത്തെ വീട് വലിയൊരു പ്രേതമാണ്. ചോര കുടിക്കുന്ന പ്രേതം. ഒരു ദിവസം ഞാനത് ശരിക്കും കണ്ടതുമാണ്. ഒരർധമയക്കത്തിൽ. വീട്ടുചുമരിനോടു ചേർന്നുള്ള ഒരുറക്കത്തിനിടയ്ക്ക് ഒന്ന് വെറുതെ ഉണർന്നുപോയതാണ്. ഭീകരരംഗംതന്നെയായിരുന്നു അത്. വീട്ടുചുമരിൽനിന്നും നീണ്ടുവന്ന കൂർത്ത വിരലുകൾ ഉറക്കത്തിലാണ്ട കുടുംബാംഗങ്ങളുടെ ചോരയൂറ്റിക്കൊണ്ടിരിക്കുന്നു. ഞാൻ പേടിയോടെ ചുമര് വിട്ടുകിടന്നു.

പിറ്റേന്ന് ഉമ്മ പറഞ്ഞു:

"മേൽപ്പുരയിൽനിന്ന് എന്റെ കൈത്തണ്ടയിലേക്ക് എന്തോ ഉറ്റിയിട്ടുണ്ട്. ഇതെന്താണെന്നു നോക്കിയേ മോനേ."

ചോര. ചോരതന്നെ. അൽപ്പം കറുപ്പ് ബാധിച്ച ചോരയുടെ തുള്ളി.

ഓ... ഓട്ടിൻപുറത്ത് എന്തോ ചത്തുവീണിട്ടുണ്ട്.

എനിക്കു പറയണമെന്നുണ്ടായിരുന്നു.

ഉമ്മാ, ഇത് ചത്ത ജീവിയുടെ ചോരയൊന്നുമല്ല. ജീവിക്കുന്നവരുടേതാണ്. ഇന്നലെ രാത്രി വലിച്ചുകുടിച്ച നമ്മുടെതന്നെ ചോരയുടെ പുളിച്ചു തികട്ടലാണ്.

അനുജൻ പറഞ്ഞു:

"ഞാനിന്നലെ മേശപ്പുറത്തുവെച്ച ഈ സാധനങ്ങൾ ആരാണെടുത്ത് താഴേക്കിട്ടത്?"

മറ്റൊരാൾ പറഞ്ഞു:

"ഹാങ്ങറിൽ തൂക്കിയ കുപ്പായം ദേ, നിലത്തു കിടക്കുന്നു."

ചെറിയ അനുജനാകട്ടെ ഇന്നലെ രാത്രി ആരോ തള്ളിയിട്ടതുപോലെ കട്ടിലിൽനിന്നു വീണു.

ഉമ്മ മറ്റൊരു ദിവസം പറഞ്ഞു:

"അടുക്കളേല് ഒറ്റ സാധനം വെച്ചുകൂടാ. ഒക്കെ ആ കള്ളപ്പൂച്ച തട്ടിമറിച്ചിടുന്നു."

എനിക്കെല്ലാം മനസിലായി. വീട് അനങ്ങുകയാണ്. കള്ളപ്പൂച്ചയല്ല ഉമ്മാ.

ആയിടെ ജ്യേഷ്ഠൻ മജീദിനെ കാണാതായി. അവൻ പോയി മറഞ്ഞ വഴി തേടി ഉമ്മ വയസ്സൻ ഉമ്പായിക്കയെ ചെന്നു കണ്ടു കരഞ്ഞു.

ഉമ്പായി പറഞ്ഞു:

"അവൻ വരും. വരുമ്പോൾ ഭ്രാന്ത് മാറിയിട്ടുണ്ടാവും. അവൻ വടക്കേ ഇന്ത്യയിലെ ഒരു ദർഗയിലാണ്."

ഉമ്മ വീണ്ടും പറഞ്ഞു:

"മോനേ, ഓട്ടിൻപുറത്തുനിന്ന് വീണ്ടും ചോരയിറ്റുന്നു. നമുക്ക് ആ ഗോപാലനെക്കൊണ്ട് മേൽപ്പുരയൊന്നു വൃത്തിയാക്കണം." ഞാൻ ഭയത്തിന്റെ മാംസദ്വാരത്തിനകത്ത് ഒളിച്ചുനിന്നു. ഉമ്മാ, വേണ്ട അപകടമാണ്.

വീട് വലിയൊരു സ്വാർഥതയാണ്. നമുക്കവിടെ ചോര കൊടുത്തു കഴിയലേ നിവൃത്തിയുള്ളൂ.

ഒടുവിൽ ചോരയ്ക്കൊപ്പം ചെറിയ എല്ലിൻതുണ്ടുകളും വീണുതുടങ്ങി. ഉമ്മ ശരിക്കും ഭയന്നു. ഞാൻ കരഞ്ഞു. ഇക്ക പോയി. ഇനി തിരിച്ചു വരാത്തവിധം.

ഉറക്കമില്ലാത്ത, അന്ധകാരനിബിഡമായ രാത്രികൾ. അവയ്ക്കകത്തിരുന്നു ഞാനെല്ലാം സസൂക്ഷ്മം നിരീക്ഷിക്കുകയായിരുന്നു. രാത്രി. ചുമരുകൾ ശ്വാസോച്ഛ്വാസം ചെയ്യുന്നു. അവയ്ക്കുള്ളിലൂടെ അനേകായിരം പ്രകാശമുള്ള പൂച്ചക്കണ്ണുകൾ മേഞ്ഞു നടക്കുന്നു. മൂക്കുകൾ, ചെവികൾ, കൈകാലുകൾ ഒക്കെ വെവ്വേറെ ആൾരൂപങ്ങളായി അലഞ്ഞു തിരിയുന്നു. ഇടയ്ക്കു കണ്ണ് തുറിച്ചു നോക്കുകയും ചെവി കാതോർക്കുകയും ചെയ്യുന്നു. അടുക്കളയിൽ നിന്നെന്തോ തട്ടിമറിയുന്നു. അനുജന്റെ

കുപ്പായം ഹാങ്ങറിൽനിന്നു വീഴുന്നു. അവൻ മേശപ്പുറത്തു വെച്ച വില പിടിച്ച വസ്തുക്കൾ വീഴുന്നു. ഓടുകൾക്കിടയിലൂടെ അരിച്ചിറങ്ങുന്ന ചോര ത്തുള്ളികൾ വീഴുന്നു. ആരോ വാപൊത്തി കുതറിയോ?

നേരം വെളുത്തപ്പോൾ അനുജനെ കാണാനില്ല.

ഉമ്മ കരഞ്ഞു.

സിദ്ധൻ ഉമ്പായിക്ക സമാധാനിപ്പിച്ചു:

"വരും വരാതിരിക്കില്ല. മിക്കവാറും അവൻ ജ്യേഷ്ഠനുമൊത്താണു വരിക."

ഉമ്മ ഗോപാലനെക്കൊണ്ട് വീട് റിപ്പയർ ചെയ്യിക്കാൻ തീരുമാനിച്ചു. ഗോപാലൻ നിഷ്കളങ്കമായി വിധിയെഴുതി. നെറയെ വൃത്തികേടാണ്. ഓടൊക്കെ പൊട്ടിയിട്ടുണ്ട്. ഓട് താഴെയിറക്കിവെച്ച് മേൽക്കൂര വൃത്തിയാക്കണം.

ഉമ്മ കോന്തലയിൽ ശേഖരിച്ച പണമെണ്ണി നോക്കി. "ഓട് ഇറക്കി വെച്ചോളൂ ഗോപാലാ. നെറയെ ജന്തുക്കള് ചത്ത് കെടക്കാ."

ഒരു ഞായറാഴ്ച.

ഗോപാലൻ ഓടിറക്കാൻ വന്നു. ഞാൻ തടഞ്ഞു:

"വേണ്ട ഗോപാലാ. ഇതപകടമാണ്."

ഉമ്മ കണ്ണുനീർ തുടച്ചു: "മൂത്തവന്റെ ഗതി തന്നെയാണല്ലോ റബ്ബേ ഇവനും. ഇതിനു മാത്രം ഞാനെന്ത് പാപം ചെയ്തു റഹ്മാനേ."

ഗോപാലൻ മേൽക്കൂരയിലേക്കു വലിഞ്ഞുകയറി. ഞാൻ വീടിനകത്തു നിന്ന് ഭയത്തോടെ പുറത്തേക്കിറങ്ങി.

ആദ്യത്തെ ഓടെടുത്തു നീക്കിയതും ഗോപാലൻ ബോധംകെട്ടുവീണു.

ബോധം വീണപ്പോൾ ഗോപാലൻ പറഞ്ഞു:

"ഉമ്മിറ്റ്യാരേ, നെറയെ ചോര. ശേഖരിച്ചുവെച്ചതുപോലെ. ഓടല്ല അത്. മാംസപാളികളാണ്. ഓടടർത്തിമാറ്റിയപ്പോൾ തളംകെട്ടിയ ചോരയില് ഞാനെന്റെ മുഖം കണ്ടു."

അന്നു രാത്രി ഞങ്ങളുറങ്ങിയില്ല. ഭയം ഞങ്ങളെ ഓരോരുത്തരെയും പല്ലിലിട്ടു ചവച്ചുകൊണ്ടിരുന്നു. കരച്ചിലടക്കാൻ ഉമ്മ പാടുപെട്ടു.

നാട്ടുകാർ പറഞ്ഞു:

"ഓട് നീക്കേണ്ടിയിരുന്നില്ല. ഞങ്ങളുടെ വീടുകളിലും ഇതു പതിവാണ്. കണ്ടതു കണ്ടില്ല, കേട്ടതു കേട്ടില്ലാന്നു കര്തി ജീവിക്ക്യാ." (അല്ലെങ്കിൽ വിഷം കഴിച്ച് മരിക്ക്യാ).

ഉമ്മ അരിശത്തോടെ വിളിച്ചു പറഞ്ഞു:

"ഇല്ല ഞങ്ങള് വെഷം കഴിച്ച് മരിക്കില്ല. ഞാനും മക്കളും പീടികക്കോലായില് കെടന്നൊറങ്ങും. ഈ വീട് ഞാൻ കീറിപ്പൊളിക്കും."

ഉമ്മ പറഞ്ഞാൽ പറഞ്ഞതാണ്.

ഉമ്മയുടെ അലുക്കത്തും പെട്ടിയിലെ പൊട്ടിയ പഴയ സ്വർണാഭരണങ്ങളും വേലായുധൻ സ്രാപ്പിനു തൂക്കിവിറ്റു. ഉശിരുള്ള ഖലാസികളെ കൊണ്ടുവന്നു വീട് പൊളിക്കൻ തീരുമാനിച്ചു.

പലരും തടഞ്ഞു. ഉമ്മിറ്റ്യാരേ, ഇതു മറ്റൊരു വിഷം കഴിക്കലാണ്. മനസിനത്രേം വിഷമം തോന്ന്ണെങ്കില് ഒരു ടീവി വാങ്ങൂ. ആശ്വാസം കിട്ടും. ഈശ്വരാ, എത്രയെത്ര സീരിയലുകളാണെന്നറിയോ.

ഉമ്മ ഇതൊന്നും വകവെച്ചില്ല. ധൈര്യം വീണ്ടെടുത്തു ഗോപാലന്റെ നേതൃത്വത്തിൽ വീട് പൊളിയാരംഭിച്ചു.

ചോരച്ചാലുകളിൽ ഖലാസികൾ നീന്തി. കഴുക്കോലിൽനിന്ന് ഓട് വേർപെട്ടു. എല്ലിൻതുണ്ടിൽനിന്ന് മാംസക്കഷ്ണം കണക്കേ. കണക്കുകൂട്ടലുകൾ തെറ്റിയില്ല. വീട് ഒരു ചുവന്ന മദയാനയെപ്പോലെ അനങ്ങുകയാണ്. അത് നൂറ്റാണ്ടുകൾ പഴക്കമുള്ള പ്രായാധിക്യം വകവെക്കാതെ ചിന്നം വിളിച്ചു. ഖലാസികളും വിട്ടില്ല. അവർ പാരയും കുന്തങ്ങളും കൊണ്ട് വീടിനെ വളഞ്ഞു. അതിനെ രക്ഷപ്പെടാനനുവദിക്കാത്ത വിധം ആക്രമിച്ചു. മേൽക്കൂരയിൽനിന്ന് എല്ലുകൾ തകർന്നുവീണു. സിംഹക്കൂട്ടങ്ങൾക്കിടയിൽപ്പെട്ട മാൻപേടയെപ്പോലെ അതൊന്നു പകച്ചു. ഖലാസികൾ അതിന്റെ ഇടം നെഞ്ച് നോക്കി കുന്തമിറക്കി ആക്രമിച്ചു. ചോരച്ചാലുകൾക്ക് മധ്യേ അത് ഭീകരമായ അലർച്ചയോടെ ചെരിഞ്ഞുവീണു. നാലുപാടും ചിതറിയ അവയിലെ പുരാതനമായ പിളർന്ന മൺകട്ടകളിൽനിന്ന് എന്തോ കണ്ണനക്കുന്നല്ലോ. കുഞ്ഞുങ്ങളാണ്, ഗർഭസ്ഥശിശുക്കളാണ്. ഓരോ മൺകട്ടയടർത്തിയപ്പോഴും മൂന്നും നാലും കുഞ്ഞുങ്ങൾ. വെളുത്തു വിളറിയ കുഞ്ഞുങ്ങൾക്കു പൂർവികന്മാരുടെ മുഖച്ഛായകൾ രക്തമില്ലാത്ത കുഞ്ഞുങ്ങൾ. വലിയ ചോദ്യചിഹ്നമായി ഞങ്ങളെ നോക്കിക്കൊണ്ടിരുന്നു. അവ കരയാൻകൂടി പഠിച്ചിരുന്നില്ലല്ലോ.

നാല് പുഴകളും മുറിച്ചുകടന്ന് എനിക്കവിടെനിന്ന് എങ്ങനെയാണു രക്ഷാകേന്ദ്രത്തിലെത്താനാവുക?

(മാതൃഭൂമി വാർഷികപ്പതിപ്പ് 1998)

നാട്യതിലകം

ഹനാസക്കൈമൾ എന്ന ഹനുമാൻ നാരദൻ സത്യവാൻ കൈമൾ. വയസ്സ് അൻപത്തെട്ടു കഴിഞ്ഞുകാണും. അദ്ദേഹം ഇപ്പോൾ വെച്ചിട്ടു പോയ ഗദ ഈ കടയിലെ ഇലക്ട്രോണിക് കീബോർഡിനടുത്തിരിക്കുന്നു. ഇതും വിൽക്കാനാണോ എന്നു ചോദിച്ചാൽ ഞാൻ എന്താണു ചെയ്യേണ്ടത് – ചിരിക്കുകയോ കരയുകയോ?

ഷോപ്പിൽ തിരക്കൊഴിഞ്ഞ ഉച്ചസമയത്താണ് കൈമൾ വന്നുകയറിയത്. അദ്ദേഹം കുറെക്കൂടി പരിക്ഷീണിതനായി കാണപ്പെട്ടു.

"എല്ലാം ജപ്തിക്കാര് കൊണ്ടുപോകും മോനേ.... മോഷ്ടിക്കുന്നതുപോലെ എടുത്തുവെച്ചതാ ഈ ഗദ. ഇതിവിടെ വെക്കണം."

വിയർത്തുകുളിച്ചാണ് അദ്ദേഹം വന്നത്.

ആഴമേറിയ കൺകുഴികളിൽ തളംകെട്ടിനിന്നത് വിയർപ്പോ കണ്ണുനീരോ?

ഞാൻ ചോദിച്ചു:

"കൈമള് ഊണ് കഴിച്ചോ?"

പതിവുപോലെ കൈമൾ പറഞ്ഞില്ല.

"പ്രാതല് കഴിക്കാൻ കുറെ വൈകി, വിശപ്പില്ല."

പകരം മിഴിച്ചുനോക്കുക മാത്രം ചെയ്തു.

കൗണ്ടറിൽ കമലിനെ നിർത്തി 'ഫാസ്റ്റ് ഫുഡി'ൽ കയറി. നഗരബഹളങ്ങളിൽനിന്നൊഴിഞ്ഞ ഒരു മൂല.

അദ്ദേഹം പതിവിലേറെ മൗനിയായിട്ടുണ്ട്. ഞാനെന്തെങ്കിലും ചോദിച്ചാൽ അപ്പോൾ കരയുമെമെന്ന മട്ട്.

"ഹെന്റെ ബാലേക്കെന്തിനാ ഒരു കുറവ് മോനേ?"

ഞാനദ്ദേഹത്തെ ആശ്വസിപ്പിക്കാൻ കൈകൾ അമർത്തിപ്പിടിച്ചു. അവ ഒരു പിടി നേർത്ത എല്ലിൻതുണ്ടുകളെപ്പോലെ തോന്നിപ്പിച്ചു.

കൈമൾ വിതുമ്പുന്നു.

"ഈ ചതീല് ന്റെ മക്കള് കൂടിയുണ്ടെന്ന് ഓർക്കുമ്പഴാ... സഹിക്കാൻ പറ്റ്ണില്ല."

"ചോറ് കിട്ടില്ല. ചായ വരുത്തിച്ചാലോ."

"രാമപ്പൊതുവാള് തന്ന ഹാർമോണിയാ. അതും ജപ്തിക്കാര് കൊണ്ടോവും. ഞാനിനി എങ്ങന്യാ പരിപാടി നടത്ത്വാ?"

സമാധാനിപ്പിക്കാൻ എനിക്കൊരു വാക്ക് വീണുകിട്ടി.

"ഇപ്പോഴും പരിപാടിയൊക്കെയുണ്ടോ. കൈമളേ?"

കേട്ടതും ആ കണ്ണുകളിൽ ഉത്സാഹത്തിന്റെ സന്ധ്യാവിളക്ക് തെളിഞ്ഞു.

"ഉണ്ടോന്നോ? വരുന്ന മിഥുനത്തില് ഏഴ് പരിപാടിയാ. ആദ്യം കാഞ്ഞങ്ങാടിനടുത്ത ഹനുമാരമ്പലത്തില്. പിന്നെ..."

അദ്ദേഹം തോളിൽനിന്ന് മുഷിഞ്ഞ ഒരു ഡയറിയെടുത്തു വായിക്കാനാരംഭിക്കുന്നു.

"4 ന് ഹനുമാരമ്പലം, 6 ന് ഒതേൻകുന്ന്, 14 ന് ചാവശ്ശേരി..."

അദ്ദേഹം ഡയറി മടക്കിവെക്കുന്നു.

"ബുക്കിങ്ങിന് ഒരു കൊറവ്വില്ല."

കൈമളിന്റെ ഉണങ്ങിയ ചുണ്ടിൽ ചിരി.

"നല്ലതങ്ക'യ്ക്കാ ഇക്കുറി കൂടുതൽ കളി. അതു കഴിഞ്ഞാ 'ഭക്ത ഹനുമാൻ.' എന്താണെന്നറീലാ, ഇക്കൊല്ലം 'കടത്തനാട്ട് മാക്ക'ത്തിനു വലിയ കളിയില്ല."

"ചായയ്ക്കൊപ്പം എന്തെങ്കിലും വാങ്ങിക്കാലോ."

ചായ വലിച്ചുകുടിക്കുന്നതിനിടയിൽ കൈമൾ കൈയുയർത്തി വേണ്ടെന്ന് ആംഗ്യം കാട്ടി. പതിവ് ഇങ്ങനെയായതുകൊണ്ട് നിർബന്ധിക്കാനും പോയില്ല.

ചായ കഴിഞ്ഞു. നീണ്ട നിശ്ശബ്ദത. കൈമളിന്റെ കുഴിഞ്ഞ കണ്ണുകൾ വീണ്ടും വിദൂരതയിൽ.

"എന്നാലും എല്ലാം പോയില്ലേ പ്രസന്നാ?... തൊള്ളായിരത്തി അൻപത്തി മൂന്നില് ഞാനീ സമിതി തുടങ്ങുമ്പം രണ്ടണയാ വാടക. ഈ മാടം നിൽക്കുന്ന ജാഗ ഒരു നാട്ടുവഴിയായിരുന്നു. മരണപ്പാച്ചിലില്ല, ഹോണടീല്ല, ഒച്ചേം ബഹളോം ഒന്നൂല്യ. അത്യാവശ്യം ഒരു മൂരിവണ്ടി. ഒരു സൈക്കിള്... ഇടിമുഴക്കംപോലെയല്ലേ ഹൈവേ വന്നത്."

പിന്നീട് നീണ്ട നിശ്ശബ്ദത.

അയാൾ രോഷംകൊള്ളുന്നതായി തോന്നി: "അല്ല പ്രസന്നാ, ഹെന്റെ ബാലേക്ക് എന്താ ഒരു കൊറവ്?"

ഞാൻ അൻപതിന്റെ ഒരു നോട്ടെടുത്ത് ആ കൈയിൽ വെച്ചമർത്തി.

"അത്യാവശ്യം ചായ കുടിക്കാലോ..."

കൈമൾ നിസ്സഹായനാവുന്നു.

II

വൈകുന്നേരം കൈമളിന്റെ മകൻ വന്നിരുന്നു.

മൂലയിൽ ചാരിവെച്ച ഗദയിലേക്കുതന്നെ വന്നപാടേ അവന്റെ കണ്ണ് എത്തിപ്പെട്ടു.

"അച്ഛൻ വന്നിരുന്നു, അല്ലേ?"

ഞാൻ പറഞ്ഞു: "വലിയ വിഷമമുണ്ട് അച്ഛന്. നീയായിട്ട് വേദനിപ്പിക്കാതിരിക്കാൻ ശ്രമിക്കണം."

ഉടൻ വരുന്നു പ്രതികരണം:

"പറഞ്ഞാ ആ മനുഷ്യന് മനസിലാവണ്ടേ? ഇന്നീ കണ്ണീക്കണ്ട ജപ്തിയും നാണക്കേടുമൊക്കെ ആരു വരുത്തിച്ചതാ? അച്ഛനൊരാൾ."

അവന്റെ ശബ്ദം ഉച്ചത്തിലായിത്തുടങ്ങുന്നു.

അവനെ സമാധാനിപ്പിക്കാൻ ശ്രമിക്കുന്നതിനിടയിൽ ഇലക്ട്രോണിക് ഗിത്താറിനുവേണ്ടി ഒരാൾ വന്നുകയറി. അയാൾ അതു വാങ്ങുന്നതിനിടയിൽ മൂലയിൽവെച്ച ഗദ കൗതുകപൂർവം നോക്കി. പിന്നെ പുറത്തെ കാറിൽക്കയറി പോയി.

"എന്തായാലും അച്ഛനല്ലേ? ഒരായുഷ്ക്കാലം മുഴുവൻ അതു മറക്കരുത്."

"സമ്മതിച്ചു: ഞാനെതിരു പറേന്നില്ല... പക്ഷേ രണ്ടുനേരമെങ്കിലും വയറു നിറച്ച് എന്തെങ്കിലും തിന്നണ്ടേ? അതിനു സമ്മതിക്കില്ലാന്നുവെച്ചാ... ഞങ്ങള് ആറ് പേർടെ മിമിക്സ് ഗ്രൂപ്പിന് ഈ ടൗണിൽ ഒത്തൊരുമിക്കാൻ ഒരു സ്ഥലമില്ലാണ്ട് നട്ടം കറങ്ങുകയായിരുന്നു. നിങ്ങൾക്കും അറിയാലോ. നഗരത്തിന്റെ ഈ ഒത്ത സ്ഥലത്ത് ഞങ്ങൾക്കൊരു മൂല തന്നാ മതീന്ന്. എത്രതവണ കാലുപിടിക്കുംപോലെ പറഞ്ഞതാ. സമ്മതിച്ചില്ല. മിമിക്രി കോപ്രായാത്രെ. പ്രസന്നനറിയോ, എന്റെ ഈ കോപ്രായംകൊണ്ടാ വീട്ടില് കഞ്ഞിവെക്കുന്നത്. അതിലൊരു പങ്ക് അച്ഛനും പറ്റ്ണ്ണ്ട്.... എന്നോട് കളിച്ചാ കളി ഞാൻ പഠിപ്പിക്കും. അച്ഛനാണെന്നൊന്നും നോക്കൂലാ!"

ഞാൻ പറഞ്ഞു:

"ഒന്ന് പതുക്കെ."

III

ജോലിക്കാരൊക്കെ പോയിക്കഴിഞ്ഞു. അന്നത്തെ പണമെണ്ണി ബാഗിലിട്ടു കട അടയ്ക്കാനൊരുങ്ങുമ്പോഴാണ് മുറ്റത്ത് കാറു വന്നു നിന്നത്. ഹെഡ്ലൈറ്റ് ഓഫാക്കി ഹാജി കാറിൽനിന്നിറങ്ങി അകത്തേക്കു കയറി.

"എന്തേ ഇത്ര വൈകി?"

"രണ്ടുമൂന്നു കസ്റ്റമേഴ്സ് ഉണ്ടായിരുന്നു. പറഞ്ഞു വിട്ടപ്പോഴേക്കും കുറച്ചു വൈകി."

ഹാജി പാൻപരാഗ് പുറത്തേക്കു തുപ്പിക്കൊണ്ടു പറഞ്ഞു:

"ഈ റോവില് ഏറ്റവും കച്ചോടം തനിക്കാന്നറിയാം. ഈ മ്യൂസിക്കിനും കുന്ത്രാണ്ടത്തിനുമാ പീടികാന്നു പറഞ്ഞപ്പം വാടകയ്ക്കു തരാൻ ഞാൻ ആദ്യം മടിച്ചത് അതുകൊണ്ടാ."

"ഇരിക്ക്."

അപ്പോഴേക്കും അയാളുടെ കള്ളക്കണ്ണ് ആ ഗദയിലെത്തിക്കഴിഞ്ഞു.

പുച്ഛവും കലിയും തമാശയും ആ മുഖത്ത് വന്നുകയറി. ഷൂസിട്ട ഇടംകാലുകൊണ്ട് അതിലയാൾ ചവിട്ടിത്തിരിച്ചു.

"ങ്ഹാ, ഇത് നമ്മുടെ ഹനാസക്കൈമൾടെ കുന്ത്രാണ്ടല്ലേ? ഇതെങ്ങനെ ഇവിടെയെത്തി?"

പിന്നീട് പെട്ടെന്നെന്തോ ഓർത്തിട്ടു ബാക്കി ഭാഗം കൂടി ഹാജി ഉടനെ പൂരിപ്പിച്ചു.

"നിങ്ങളാണല്ലോ മൂപ്പർടെ ഏക ചങ്ങാതി!"

ഹാജി ഒന്ന് ഇളകിയിരുന്നു.

"അയാളൊരു പാവം മനുഷ്യനാ... പറഞ്ഞിട്ടെന്താ ഒറ്റ ഗിയറേയുള്ളൂ. ചില മനുഷ്യരങ്ങനെയാ. ഉറുപ്പിക ഇരുപതിനായിരാ ഞാനെണ്ണിക്കൊടുത്തത്. വാങ്ങിയില്ല. വേണമെങ്കില് മാടത്തിന്റെ താഴെ ഒരു ബീഡി സിഗാർ ഉന്തുവണ്ടി തൊടങ്ങാൻ ഞാൻ സഹായിക്കാന്നും പറഞ്ഞു. തേരട്ടപോലത്തെ ആ മനുഷ്യൻ കരിമൂർഖനെപ്പോലെയല്ലേ എന്റെ നേർക്ക ചാടിയത്. ഓന്റെ ഇരുപതുറുപ്പിക മാസവാടകകൊണ്ടാണല്ലോ എന്റെ കുടുംബം പുലര്ന്നത്. ഒരു ചവിട്ട് വെച്ചു കൊടുക്കാനാ തോന്നിയത്. പിന്നെ അതിനും ഒരു ഇരപതിനായിരം വേറെ കാണേണ്ടിവന്നേക്കുമെന്നോർത്തപ്പം പൊന്തിച്ച കാല് താഴ്ത്തി."

അയാൾ സിൽക്ക് ജൂബായിൽനിന്നു പാൻപരാഗെടുത്തു വീണ്ടും വായിലിട്ടു.

"ഒടൂല് മേക്സിമം അഡ്ജസ്റ്റ്മെന്റ് എന്ന നെലയ്ക്ക് അയ്യാൾടെ മോന്റെ കോപ്പിരാട്ടിക്കളിക്ക് ഉള്ള മുറീല് ലേശം സ്ഥലം കൊടുത്തോളീന്നു പറഞ്ഞു. സംഗതി കോപ്പിരാട്ടിയാണെങ്കിലും പൈസ നല്ലോണം കിട്ട്ന്ന കേസാ. മാസാന്തരം 500 രൂപ വാടക. അതിന് അയാള് സമ്മതിക്കണ്ടേ. ഞാനയാൾടെ മോനേം കൂട്ടി നേരിട്ട്പോയി. എവിടെ സമ്മതിക്കാൻ! അച്ഛനും മോനും കൊഴപ്പത്തോട് കൊഴപ്പം. ഒടൂല് തല്ലുണ്ടാകുന്നായപ്പം ഞാനാ പിടിച്ചുവെച്ചത്."

ഹാജി ജൂബാ ഉയർത്തി അസഹ്യമായി കൈ മണപ്പിച്ചു.

"അവരെ തൊടുകേം പിടിക്കേം ചെയ്തതിന്റെ നാറ്റം ഇപ്പഴും മാറിയിട്ടില്ല."

ഞാൻ പറഞ്ഞു:

"പണം നമ്മുടെ എല്ലാ നാറ്റങ്ങളേയും ദൂരീകരിക്കുന്നു. കലാസമിതികൾക്കും ഒരുകാലത്തും ഗുണം പിടിക്കാത്ത ഓർക്കെസ്ട്രെകൾക്കും ഓർഗൺ വായിച്ച് എന്റെ ആയുസ് തീർന്നുപോകേണ്ടതാ. എങ്ങനെയോ ഒരു ബുദ്ധി തോന്നി. ഇന്ന് ആവശ്യത്തിനു പണമുണ്ട്. പക്ഷേ കല പോയി

ക്കിട്ടി." (ഹാജിക്കറിയോ, ഒരു ഓർഗണിലും എനിക്കു ശ്രുതി വരുന്നില്ല. എല്ലാറ്റിലും ആർത്തനാദംപോലുള്ള താളപ്പിഴകൾ...).

"കല പോട്ടേന്ന്. ഈ രാജ്യത്ത് പണം..."

ഞാൻ പെട്ടെന്നെഴുന്നേറ്റു.

"പീടികയടയ്ക്കണം. അമ്മ ഒറ്റയ്ക്കേയുള്ളൂ. നമുക്ക് നാളെ കാണാം."

ഹാജി തിരസ്കൃതന്റെ വിഷമത്തോടെ ചോദിച്ചു:

"ഇന്നെന്താ പ്രസന്നാ, ഒരു വല്ലായ്മ? അമ്മയ്ക്കു സുഖമില്ലേ?"

"ഇല്ല."

ഹാജി അയാളുടെ നീളൻ ശരീരം ഒടിച്ചു മടക്കി കാറിലേക്കു പൂഴ്ത്തി ഓടിച്ചുപോയി.

IV

എല്ലാവരും കിടന്നു.

കോലായിൽ ഞാൻ തനിച്ചാണ്. പുറത്തെ മാവിൻ ചുവട്ടിൽ നിലാവിന്റെ കണ്ണുനീർ വന്നിറ്റുന്നു.

എത്ര ശ്രമിച്ചിട്ടും കൈമള് വന്നു മനസ്സ് കീറുന്നു.

ഹെന്റെ ബാലെക്കെന്തിനാ ഒരു കൊറവ്?

"ഇന്നീ നിൽപ്പിലേഴായിരം കൊല്ലത്താലും
നിന്നെ ഞാൻ വിട്ടുപിരിയില്ല തങ്കേ
നിന്നെ ഞാൻ വിട്ടുപിരിയില്ല തങ്കേ..
വാളിന്റെ മുനയാലും
നാവിന്റെ വിനയാലും
ഈ ഹൃദയം കൊടുക്കില്ല
നല്ലതങ്കേ...
ഈ ഹൃദയം കൊടുക്കില്ല തങ്കേ.."

കത്തുന്ന ചിതയിൽ നല്ലതങ്കയെ പിടിച്ചിടുന്നു ദുഷ്ടൻ.

അച്ഛൻ എന്റെ കൈയിൽ അമർത്തിപ്പിടിക്കുന്നു.

"പേടിക്കണ്ട കുട്ടാ... അത് ശരിക്കുള്ള തീയല്ല, കേട്ടോ..."

എന്നിട്ടും അച്ഛനോടു ചേർന്നു കരഞ്ഞു. സമാധാനിപ്പിച്ചു സമാധാനിപ്പിച്ച് അച്ഛനും സ്വയം കണ്ണീരൊപ്പിത്തുടങ്ങുന്നു. അമ്പലപ്പറമ്പിൽ മഞ്ഞു വീഴുന്നു. ഹാർമോണിയത്തിൽ രൗദ്രതാളം. ദുഷ്ടശക്തിയെ നിഹനിക്കാനുള്ള ദുർബലന്റെ പ്രാർഥനകൾ, നിലവിളികൾ. ഹാർമോണിയം പാടുന്നു. ചടുലനൃത്തം വന്നെത്തുന്നു.

"പേടിക്കേണ്ട കുട്ടാ. നോക്കിയേ നല്ലതങ്ക തീയില് വെന്തില്ല. കരേണ്ട. ഭഗവാൻ കൃഷ്ണൻ വന്നിട്ടുണ്ട്."

അച്ഛൻ എന്നെപ്പിടിച്ച് സ്റ്റേജിലേക്കുയർത്തി.

"ശരിക്കു നോക്കിക്കോ."

"പണ്ടൊരുത്തനിതു പോലെ

ദുര്യോധനവധം ചെയ്യുകയാലേ.
പിടിച്ചു ചീന്തീ,
ശത്രുസംഹാരേണ...
................"

അമ്പലപ്പറമ്പിൽ മഞ്ഞു പെയ്യുന്നു. ഇപ്പോൾ ഹാർമോണിയത്തിൽ ആനന്ദരാഗം. മോഹനം തകർക്കുമ്പോൾ സ്റ്റേജിൽ സ്വർണയങ്കിയ ണിഞ്ഞ കൈമളും നല്ലതങ്കയും. കൈമളിന്റെ സുന്ദരമായ ശരീരവടിവി ലേക്കു ചായുന്ന രാജകുമാരി...

കർട്ടൻ താഴുന്നു.

പുറത്ത് ട്യൂബ്ലൈറ്റുകൾ ചിമ്മിത്തെളിയുന്നു.

അമ്മ തൊടുന്നു.

നീയിനീം ഒറങ്ങിയില്ലേ?"

അതെ,അമ്മ തൊട്ടുവിളിക്കുന്നു. ബാല്യങ്ങളിലെ ബാലെപോലെ. നാരദമഹർഷിയെപ്പോലെ കൃഷ്ണനെപ്പോലെ...

"നാളെ കൈമളിന്റെ കലാസമിതിയുടെ ജപ്തിയാണമ്മേ."

V

എല്ലാ കഥയും അവസാനിപ്പിക്കാനാണു ബുദ്ധിമുട്ട് – ജീവിതം പോലെ. എന്നാൽ കൈമളിന്റെ ബാലെ അനായാസമാണ് അവസാനി ക്കാറ്. നാട്യത്തിലകം ബാലെ ട്രൂപ്പ് സ്ഥാ: 1953 എന്നെഴുതിയ ബോർഡ് ആണി നഷ്ടപ്പെട്ടു ചെരിഞ്ഞുകിടക്കുവാൻ തുടങ്ങിയിട്ട് എത്രകാലമായി ട്ടുണ്ടാവും? പുരുഷാരം തിങ്ങിനിറഞ്ഞ പഴയ ബാലെ ട്രൂപ്പിൽ മൂക്കത്ത് ശുണ്ഠിയും മുഖത്ത് യൗവനവുമായി ഓടിച്ചാടി നടന്ന കൈമളിന്നു വയ സ്സനാണ്. കാലം കൈമളിനെ തനിയെ വിട്ട് ഓടിപ്പോയി. അത് അയാൾക്കൊരു പ്രശ്നമായിട്ടുമില്ല. അയാൾ കലയുടെ സാമ്രാജ്യമാണ് ഭരിച്ചുകൊണ്ടിരുന്നത്.

അച്ഛൻ പറയുന്നു:

"ഇപ്പോഴത്തെ ഓരോ കോപ്രായങ്ങള് കാണുമ്പഴ് ശർദിയാ വരണ്. ഈ വിഡ്ഢിപ്പെട്ടീല് കാണുന്നപോലൊന്നല്ല. കൈമള് നാരദനായാ അതു നാരദനാ. ഹനുമാനായാൽ ഹനുമാൻ."

ഹാർമോണിയത്തിൽ ശ്രുതി വീഴുന്നു.

"പണ്ടൊരുത്തനിതുപോലെ ദുര്യോധനവധം.

ചെയ്യുകയാലേ..."

അമ്മ പറയുന്നു:

"ഒക്കെ പറഞ്ഞിട്ടെന്താ. നമ്മളായിട്ട് എന്തു ചെയ്യാനാവും? വന്നു കെടക്ക്. നാളെ പീടിക തൊറക്കണ്ടേ?

"അമ്മ പോയി കിടന്നോളൂ."

(നാളെ പീടിക തുറക്കുന്നില്ല. എനിക്കാവില്ല. നാളെ ജപ്തി. പുരാ

വൃത്തങ്ങളിലെ ആശ്രമവും രാജധാനിയും ചിതലരിച്ച കട്ടൗട്ടുകളായി പുറത്തേക്കു വലിച്ചിടുന്ന ദിവസം. തോൽ കീറിയ തബല പുറത്തേക്കിടുമ്പോൾ പരക്കം പായുന്ന എലികളുടെ കുടുംബം.

പിന്നെ

കൈമൾ വന്നു നെഞ്ചത്തു കൈവച്ചു കരഞ്ഞാൽ നഗരം കത്തിപ്പോകും. നാളെ പീടികമുറി തുറക്കുന്നില്ല...)

കാലം ചിലപ്പോൾ ജപ്തിയായും വരാം.

ഒന്നു മാത്രം മനസിലാവുന്നില്ല.

കൈമൾ എന്തിനാണിത്ര പ്രയാസപ്പെട്ട് ആ ഗദമാത്രം പുറത്തെടുത്തു വെച്ചത്?

(മാതൃഭൂമി ആഴ്ചപ്പതിപ്പ് 2000)

രണ്ടു സാക്ഷികൾ

പീഞ്ഞക്കട്ടിലിന്മേൽ വിരിച്ചിട്ട കറുത്ത കംബളം ഭയത്തിന്റെ മുൾപ്പരവതാനിയാണ്. അയാളുടെ രക്തത്തിൽ മരണാക്രാന്തനായി സൈറൺ ഒന്നിനുപിറകെ ഒന്നായി. തോമസ് തന്നെതന്നെ ചോദ്യം ചെയ്തു.

എത്ര അടക്കിവെച്ചിട്ടും ഈ ഭൂമി എന്നെ കുത്തിനോവിക്കുന്നു. വെറുതെ പേടിപ്പിക്കുന്നു.

കർഫ്യൂ അവസാനിക്കാത്ത തെരുവിൽനിന്ന് ഒരു കുട്ടിയുടെ നിലവിളി വന്ന് അയാളെ കൊത്തിപ്പറിച്ചു. വർധിച്ച ഹൃദയമിടിപ്പോടെ ജനാല തുറന്ന് അയാൾ പുറത്തേക്കു നോക്കി. ഈശോയേ, വീണ്ടും തുടങ്ങിയോ?

മെർക്കുറിവെളിച്ചത്തിന്റെ ക്രൂരതയും അങ്ങിങ്ങായി ചിതറിക്കിടക്കുന്ന ട്രോളിവണ്ടികളുടെ നിശ്ചലതയും. ദൂരെ ഒറ്റപ്പെട്ട് ഒരിടത്ത് ഒരു കുതിര തന്റെ യജമാനനെ കാത്തിരിക്കുന്നു. തെരുവിൽ ആരുമില്ല. ഇടയ്ക്കിടെ സൈറൺ മുഴക്കി കടന്നുപോകുന്ന വണ്ടികൾ, അതിന്റെ ചുവന്ന വെളിച്ചങ്ങൾ. പെരുംകത്തിക്കുമേൽ ബാക്കിയായ അവസാനത്തെ നിരപരാധിയെയും തൂക്കി അത് അജ്ഞാതദൃശ്യത്തിലേക്കു പോയിക്കൊണ്ടിരിക്കുന്നു.

മറ്റൊന്നും ചെയ്യാനാവാത്തതുകൊണ്ട് അയാൾ തിരുരൂപത്തിനു മുന്നിൽ ചെന്നുനിന്നു. യാന്ത്രികമായി മെഴുകുതിരി കത്തിച്ചു.

'ചെന്നായ്ക്കളുടെ നടുവിൽ ആടിനെപ്പോലെ ഞാൻ നിങ്ങളെ അയയ്ക്കുന്നു. ആകയാൽ പാമ്പിനെപ്പോലെ ബുദ്ധിയുള്ളവരും പ്രാവിനെപ്പോലെ കളങ്കമില്ലാത്തവരും ആയിരിപ്പിൻ. മനുഷ്യരേ, സൂക്ഷിച്ചുകൊൾവിൻ...'

കുഴപ്പം നടക്കുമ്പോൾ എം എൽ എ സാബ് ഇതുവഴി കടന്നുപോയിയെന്നു നിങ്ങളെങ്ങനെ കണ്ടു? എം എൽ എ സാബ് അന്നു ദില്ലി ഫ്ളവർ പാലസിലായിരുന്നല്ലോ. റൂം നമ്പർ 309.

തോമസ് വരണ്ടുപോയ ചുണ്ടിൽ നാക്കുകൊണ്ടു നനച്ചു.

ആദ്യം ആ വയസന്റെ കൈപ്പത്തിയരിഞ്ഞു അനിയാ. പിന്നെയാണ് ഗുഹ്യഭാഗത്തു കുത്തിയത്. കണ്ടു സഹിക്കാൻ കഴിയാഞ്ഞതു കൊണ്ടാണ്...

ഉം, കൊണ്ടാണ്?

ആദ്യം ആനന്ദും പിന്നെ ഞാനും കാറിലിരുന്ന എം എൽ എ യോട് കെഞ്ചി. ആളുകളെ ജീവനോടെ തീയിലിടുന്നു സാർ. എന്തെങ്കിലും ചെയ്യൂ. എനിക്ക് നല്ല ഓർമയുണ്ട്. അദ്ദേഹത്തിന്റെ കൂളിങ്ഗ്ലാസിൽ തെരുവു കത്തിപ്പടരുന്നതിന്റെ പ്രതിബിംബം ലോകാവസാനത്തെ ഓർമി പ്പിച്ചു.

ഉരുളൻ മസിലുകൾകൊണ്ടു ചിരിയിളക്കി ചെറുപ്പക്കാരൻ താടി ചൊറിഞ്ഞു.

പത്രക്കാരോടു പറഞ്ഞ നുണ നിങ്ങളാവർത്തിക്കുന്നു.

ഇതു നുണയല്ല അനിയാ. ഈ കണ്ണുകൾകൊണ്ടു കണ്ടതാ.

നിങ്ങൾ വീണ്ടും വീണ്ടും കണ്ണുകളെക്കുറിച്ചു പറയുന്നു. ഈ കണ്ണു കൾ നിങ്ങൾക്കു ശല്യം ചെയ്യുന്നുണ്ട്, അല്ലേ? നമുക്കത് ചൂഴ്ന്നെടുത്തു കളഞ്ഞാലോ.

തോമസ് പിന്നെ ഒന്നും പറഞ്ഞില്ല.

മൂടിക്കെട്ടിയ കർഫ്യൂവിലൂടെ നടന്ന് അവർ വീണ്ടും വന്നു.

നിങ്ങൾ കുടുംബമില്ലാത്തവനാണെന്നറിയാം. ലോകത്തിലെ ഏറ്റവും വലിയ അപകടകാരിയായ സത്യസന്ധൻ. കണ്ണ് ചൂഴ്ന്നെടുക്കാനുള്ള കത്തി കൊണ്ടുവരണമോ, നിങ്ങളൊന്നും പറഞ്ഞില്ല.

ആദ്യത്തെ തെളിവെടുപ്പ്. അയാൾ കുനിഞ്ഞ ശിരസുമായി നിന്നു.

അന്വേഷണോദ്യോഗസ്ഥൻ കടുപ്പത്തിൽ ചോദ്യം ആവർത്തിച്ചു.

"തോമസ്?"

"അതെ." അയാൾ ഞെട്ടിത്തെറിച്ചു.

"ഇവിടെ എന്തു ചെയ്യുന്നു?"

"ശവപ്പെട്ടി നിർമാണം."

"ഒരു ദിവസം എത്ര കൂലി കിട്ടും?"

"ഈയിടെയായി ആരും ജോലിക്കു വിളിക്കുന്നില്ല സാർ."

"അതെന്താ, അങ്ങനെ?"

"ഞാനുണ്ടാക്കിയ പെട്ടിയിൽനിന്നു പലകയിളകി ശവം വീണുപോ കുന്നുവെന്നു പറയുന്നു."

(ആരോ ചിരിച്ചുവോ?)

"ആട്ടെ ഈ നഗരത്തിലെത്തിയിട്ട് എത്രയായി?"

"കള്ളവണ്ടി കയറി സാർ, പത്താം വയസ്സിൽ."

"പത്താം വയസ്സിൽ? എന്നിട്ടും നിങ്ങളുടെ ഹിന്ദിയിൽ നിറയെ തെറ്റ്."

തോമസ് ഒന്നും മിണ്ടിയില്ല.

"എം എൽ എ സഞ്ചരിച്ച കാറിന്റെ നിറമെന്താണ്?"

"ചുവപ്പ്."

"ഉടുപ്പോ?"

"വെളുപ്പ്"

"നിങ്ങളിതെവിടേയും പറയുമോ?"

"പറയും സാർ."

"വീട്ടിൽ ആരൊക്കെയുണ്ട്?"

"ആരുമില്ല സാർ."

"വെരിഗുഡ്. വിളിക്കുമ്പോൾ വരണം."

എം എൽ എയോട് രോഷാകുലനായി സംസാരിച്ചുതുടങ്ങിയത് ആനന്ദ് ആയിരുന്നല്ലോ. അയാൾ ആൾക്കൂട്ടത്തിൽ വല്ലാതെ ഭയന്നു കഴിഞ്ഞു: "തെളിവെടുപ്പിനു വരാതിരിക്കും." തോമസ് സംശയം പ്രകടിപ്പിച്ചു.

അയാൾ പറഞ്ഞു: "ഈ ഞാനോ? മരിച്ചാലും ഞാൻ വരും."

അയാൾ ഒന്നുകൂടി പരതി നടന്നു – ആനന്ദ്.

"ആനന്ദ്, നിനക്ക് പത്രോസിനെ അറിയുമോ?"

തോമസ് എന്നിട്ടും ആനന്ദിന്റെ ചിത്രം ശരിപ്പെടുത്തിവെച്ചു. ഇല്ല, ആനന്ദ് അതു ചെയ്തില്ല. അയാൾക്കതിനാവില്ല.

തോമസ് അന്ന് അടക്കാനാവാത്ത നീറ്റലോടെ വിശുദ്ധഗ്രന്ഥം തുറന്നു. കണ്ണടച്ച്, ആശ്വാസപ്രാർഥനയോടെ. ഇത്തരം സന്ദർഭങ്ങളിൽ അത് അയാളോട്, അയാളെയറിഞ്ഞ് സംസാരിക്കാറുണ്ട്.

"... അവർ വിശുദ്ധനഗരത്തെ നാൽപ്പത്തിരണ്ടു മാസം ചവിട്ടും. അന്നു ഞാൻ എന്റെ രണ്ടു സാക്ഷികൾക്കു വിവരം നൽകും... അവർ ഭൂമിയുടെ കർത്താവിന്റെ സന്നിധിയിൽ നിൽക്കുന്ന രണ്ട് ഒലീവ്വൃക്ഷവും രണ്ടു നിലവിളക്കും ആകുന്നു."

തോമസിന് അന്നാദ്യമായി ഒരവിശ്വസനീയത വന്നു നിറഞ്ഞു.

എന്തേ ആനന്ദ് വന്നില്ല?

കർഫ്യൂവിന്റെ നിശ്ശബ്ദതയിലൂടെ അയാൾ ഡോക്രി മുറിച്ചുകടന്നു.

നാലാം നമ്പർ ഫ്ളാറ്റിൽ 309–ാം നമ്പർ വീട്ടുമുറി അടഞ്ഞുകിടക്കുന്നു. അയാളുടെ കുടുംബം എവിടെപ്പോയി; എപ്പോൾ വരും? – ആർക്കും നിശ്ചയമില്ല. പ്രയോജനമില്ലെന്നറിഞ്ഞിട്ടും. അയാൾ ഇരുട്ടുവോളം അന്വേഷിച്ചു നടന്നു.

ആനന്ദിന്റെ മോൾ സുശീലയെവിടെ? ബിന്ദു?

തിരിച്ചുവരുമ്പോൾ തോമസിന്റെ മുറിക്കു മുന്നിൽ നിന്ന് ആരോ അനങ്ങി. താടിക്കാരൻ. കൂടെ, ആ കഷണ്ടിക്കാരനുമുണ്ട്.

"എന്തൊക്കെയുണ്ട് തോമസ്? നമ്മുടെ ആനന്ദിനെന്തുപറ്റി?"

തോമസ് താക്കോലെടുത്തു തിരിച്ചു.

"നാളെയാണ് അവസാനത്തെ തെളിവെടുപ്പ്. വയസ്സൻ മജിസ്ട്രേറ്റ് ചോദിക്കുമ്പോൾ നിങ്ങളെന്തു പറയും?"

തോമസ് അവരെ മിഴിച്ചുനോക്കുകമാത്രം ചെയ്തു.

"പിന്നെയൊരു സന്തോഷവാർത്ത. നിങ്ങൾക്കുവേണ്ടി ഞങ്ങളാ സാധനം തയ്യാർ ചെയ്തിട്ടുണ്ട്. ഒന്ന് മൂർച്ച പരിശോധിച്ചു നോക്കൂ."

നീണ്ട കത്തി, ഇരുട്ടിലും അതു തിളങ്ങി.

തോമസ് യാതൊരു ഭാവഭേദവും വരാതിരിക്കാൻ ശ്രദ്ധിച്ചു. എന്നിട്ടും കണ്ണുകളിലെ നിശ്ചയദാർഢ്യം അയാൾ കണ്ടുപിടിച്ചു.

"കത്തിക്കു നിങ്ങളുടെ ദാർഢ്യത്തെ അനായാസം മുറിക്കാനാവും തോമസ്."

തോമസ് കൂടുതൽ നിർവികാരനായി.

"കണ്ടോ കണ്ടോ, എന്തും വരട്ടേയെന്ന മട്ട്; അല്ലേ? പക്ഷേ, നിങ്ങൾക്കു കൺഫ്യൂഷനുണ്ട്. വെളുത്ത കാറിൽ ചുവന്ന കുപ്പായമിട്ട എം എൽ എ എന്നാവും നിങ്ങൾ നാളെ പറയുക, ഞങ്ങൾക്കറിയാം."

പെട്ടെന്ന് ഓർമയിൽ എവിടെയോ ഒരു താളഭ്രംശം സംഭവിച്ചതു പോലെ തോമസ് ഇടറി: "ഇനി അങ്ങനെതന്നെയാണോ?"

അയാൾ മേശപ്പുറത്തുനിന്നും ബൈബിളെടുത്തു നെഞ്ചോടു ചേർത്തു.

അതേവരെ നിശ്ശബ്ദനായിരുന്ന കഷണ്ടിക്കാരൻ പറഞ്ഞു:

"നോക്കൂ, ഒരു ക്രിസ്ത്യാനിയായ നിങ്ങൾക്കിതിലെന്തു കാര്യം? കണ്ണുകൾ ബാക്കിയായാൽ ഇനിയും ബൈബിൾ വായിക്കാമല്ലോ."

സാക്ഷിവിചാരണയുടെ തലേന്നു രാത്രി തോമസ് ഉറങ്ങിയില്ല.

അങ്ങനെ തോന്നിയപ്പോഴൊക്കെ ഉണർച്ച ഒരു മുൾക്കിരീടംപോലെ അയാളുടെ ശിരസ്സിലമർന്നു.

എന്തുകൊണ്ടോ, രക്തക്കറ പുരണ്ട വിധവകളുടെ ഒരാരവം പുലരാൻ കാലം അയാൾ കേട്ടു.

അയാളോടിച്ചെന്നു മെഴുകുതിരി കത്തിച്ചു. പിന്നെ കണ്ണടച്ചു വിശുദ്ധഗ്രന്ഥം തുറന്നു.

ഇക്കുറി വാക്കുകളുടെ അത്ഭുതം അയാൾ തിരിച്ചറിഞ്ഞു. ഇതു തന്നോടു തന്നെയാണ് സംസാരിക്കുന്നത്.

"... കർത്താവിന്റെ ദൂതൻ സ്വർഗത്തിൽ നിന്ന് ഇറങ്ങിവന്നു; കല്ല് ഉരുട്ടിനീക്കി അതിന്മേൽ ഇരുന്നു. അവന്റെ രൂപം മിന്നലിനൊത്തതും അവന്റെ ഉടുപ്പ് ഹിമംപോലെ വെളുത്തതും ആയിരുന്നു. കാവൽക്കാർ അവനെക്കണ്ടു പേടിച്ചുവിറച്ചു മരിച്ചവനെപ്പോലെയായി. ദൂതൻ സ്ത്രീകളോട്: ഭയപ്പെടേണ്ടാ, ക്രൂശിക്കപ്പെട്ട യേശുവിനെ നിങ്ങൾ അന്വേഷിക്കുന്നു എന്നു ഞാൻ അറിയുന്നു..."

അപ്പോഴേക്കും തോമസിനു തന്റെ വാതിലിൽ ആരോ മുട്ടുന്നതായി തോന്നി. അയാൾ ധൃതിയിൽ വാതിലിനടുത്തേക്കു കുതിച്ചു.

തോമസ് പ്രാർഥിച്ചു: "ആനന്ദ്, ഇതു നീയായിരിക്കണേ."

വാതിൽ തുറന്നു പുറത്തുനോക്കിയപ്പോൾ തോമസ് ആരേയും കണ്ടില്ല. തണുത്ത കാറ്റുമാത്രം. കാറ്റിൽ മെഴുകുതിരി വെളിച്ചം കെട്ടു

പോയി. പുലർച്ചയുടെ ഇരുട്ടിൽ ഒരു നിമിഷം തോമസ് സ്തബ്ധനായി നിന്നു.

ദൂരെ വിജനമായ തെരുവിലൂടെ ആരോ നടന്നടുക്കുന്നതായി അയാൾക്കനുഭവപ്പെട്ടു. രൂപം ഒരു ദൃഢനിശ്ചയംപോലെ പാന്റ്സിന്റെ പോക്കറ്റിലിരുകൈകളുമിട്ടിരുന്നു. ഷൂസിന്റെ ഞരക്കവും ചവിട്ടടിശബ്ദവും അടുത്തുവരുംതോറും തോമസിന്റെ ഉദ്വേഗം വർധിച്ചു.

അത് ആനന്ദാണോ, താടിക്കാരനാണോ?

മഞ്ഞിൽ കുളിച്ച മെർക്കുറി വെളിച്ചത്തിനു കീഴെ രൂപം ആരോ കറക്കിവിട്ട പാവപോലെ അളന്നുമുറിച്ചു കടന്നുപോയി. തോമസ് ദുർബലമായി അയാളെ പിന്തുടർന്നു. ഒന്നും വ്യക്തമായില്ല. പൊടുന്നനെ ചീറിപ്പാഞ്ഞ ഒരു സൈറൺ വണ്ടിയുടെ ചുവന്ന വെളിച്ചക്കീറിൽ ഒന്നുമാത്രം തോമസിന്റെ ശ്രദ്ധയിൽപ്പെട്ടു: ആനന്ദ്. അയാളുടെ കണ്ണുകൾ ആരോ അടർത്തിമാറ്റിക്കഴിഞ്ഞിരുന്നു.

തോമസിന്റെ ശിരോഞരമ്പുകൾ പൊട്ടാൻ തുടങ്ങി.

അയാൾ ആർത്തലച്ചു കരഞ്ഞു.

"ആനന്ദ് എന്റെ പ്രിയപ്പെട്ട ആനന്ദ്."

കുഴഞ്ഞു വീഴുമെന്നുറപ്പായപ്പോൾ അയാൾക്കു തന്റെ പീഞ്ഞക്കട്ടിലിലെ കറുത്ത കംബളം ഓർമവന്നു.

തളർച്ചയോടെ അയാളതിൽ വീണു. അർധബോധാവസ്ഥയിൽ തോമസ് ഒരു കാര്യം തിരിച്ചറിഞ്ഞു:

മുറിയിൽ ആരാണ് വീണ്ടും മെഴുകുതിരി കത്തിച്ചുവെച്ചത്?

(മാതൃഭൂമി ആഴ്ചപ്പതിപ്പ് 1996)

ജീവപര്യന്തം

ഒരു തരി നിലാവുപോലുമില്ലാത്ത ആ രാത്രിയിൽ അയാൾ തന്റെ കിടപ്പറയിൽ ശരീരവും മനസും പുകഞ്ഞുകിടന്നു. ദേഹം ചൊറിഞ്ഞു തടിക്കുന്നുവെന്ന യാഥാർഥ്യത്തിന് ഈ ലോകത്തെ ഒന്നുമായും സാദൃശ്യമില്ലല്ലോ ദൈവമേ. ഈ ഇരുട്ടിന്റെ കിടപ്പറവിരിപ്പിൽ ഭാര്യ, കുട്ടികൾ എല്ലാവരും സുഖമായുറങ്ങുന്നുവെന്ന് അയാളറിയുന്നു. ഇല്ല, ഇടയ്ക്കാരോ തന്നെപ്പോലെ ഇരുട്ടിന്റെ ഇടനാഴിയിലെവിടെയോ ദേഹം മാന്തിപ്പൊളിക്കുന്നുണ്ട്; ദേഹം ചൊറിയുന്നുണ്ട്. സത്യമാണ്. അതിന്റെ കിരുകിരുപ്പ് താൻ കേൾക്കുന്നുണ്ട്. ആരാണത്? ഇനി ഒരുപക്ഷേ, ഈ മുറിയിലെ, അഥവാ തൊട്ടടുത്ത മുറിയിലെ കറങ്ങിവലയുന്ന വയസൻ ഫാനിൽനിന്നാവുമോ?

ക്ഷമയറ്റപ്പോൾ അയാൾ ലൈറ്റിട്ടു. ഇല്ല. എല്ലാവരും ഉറക്കത്തിലാണ്.

ഇടുപ്പിലും തുടകളിലും അയാൾ വെളിച്ചമടിച്ചു നോക്കി.

വെളുത്ത ദേഹത്തിലെ കറുത്തുചുരുണ്ട രോമങ്ങൾക്കിടയിൽ ചുവന്നു തിണർത്ത പാടുകൾ.

അതെ, വിരിപ്പിൽ ഇന്നും ഉറുമ്പിഴയുന്നുണ്ട്. വളരെ ചെറിയ എണ്ണമെഴുക്കിൽ ഇര തേടുന്ന ഒരിനം ഉറുമ്പ്. ഇതിവൾക്കു പറഞ്ഞാൽ മനസിലാവില്ല.

ഇതിന്റെ പേരിൽ ഇന്നലെ രാത്രിയും ഒരു പൊട്ടിത്തെറി കഴിഞ്ഞതാണ്. “നിനക്കുണ്ടോ, വല്ല വൃത്തിയും വെടിപ്പും? മക്കളെ കിടക്കമേലിരുത്തി ബിസ്കറ്റ് കൊടുത്തിട്ടുണ്ടാവും.”

അയാൾ പല്ലുഞെരിച്ചുകൊണ്ട് പറഞ്ഞു.

അത്രയെങ്കിലും പറഞ്ഞില്ലെങ്കിൽ ശ്വാസം മുട്ടുമെന്ന് അയാൾക്കു തോന്നി.

സഹികെട്ടപ്പോൾ അവളും തിരിച്ചടിച്ചു:

“ഞാൻ ചോദിക്കട്ടെ. ഞങ്ങളെയാരും കടിക്കാത്ത ഉറുമ്പ് നിങ്ങളെ മാത്രം വന്നെങ്ങനെ കടിക്കുന്നു?”

“നീ ഉറങ്ങിയാൽ മരമല്ലേ?”

സ്വയം വിഴുങ്ങിയ ഒരു തേങ്ങലിൽ അവളത് ഒതുക്കി.

ഉറക്കം ഒരു മാദകസുന്ദരിയെപ്പോലെ ഉണർച്ചയുടെ, ഉഷ്ണത്തിന്റെ അസ്വാസ്ഥ്യത്തിന്റെ ചുടുപാളികൾക്കപ്പുറത്തുനിന്നു വെറുതെ പ്രലോഭിപ്പിച്ചു വേദനിപ്പിച്ചു.

ഉറുമ്പ് എന്ന യാഥാർഥ്യത്തെ എന്തുകൊണ്ടാണ് പകരം വെക്കാനാവുക? ഇതിപ്പോൾ പല രാത്രികളാകുന്നു.

പൊതുവെ വൈകിക്കിടക്കുന്ന പ്രകൃതക്കാരനാണയാൾ. രാത്രിയുടെ ശാന്തത അയാൾക്കു സ്വകാര്യവും നിഗൂഢവുമായ ഒരു വീഞ്ഞാണ്. എന്നാൽ ഉറക്കം കണ്ണിലെത്തി മുറുകിയാൽ അതൊരു മദാലസയായി അലിഞ്ഞു ചേരണം. ഉറക്കത്തിനുവേണ്ടി കാത്തുകിടന്നുള്ള നേരങ്ങൾ അയാൾക്കസഹ്യമായിരുന്നു. ഓർമകൾക്കുമേൽ ഒരു ശവംപോലെ ഒഴുകി നടപ്പ്, മൂർച്ചയുള്ള ഓർമകൾ ക്രൂരമായ മത്സ്യങ്ങൾപോലെ വന്നു കൊത്തിപ്പറിച്ച്...

വിവാഹത്തിന്റെ ആദ്യനാളുകളിലെപ്പോലെ ഭാര്യയോട് അയാൾ പറഞ്ഞു:

“മതികെട്ടുള്ള ഉറക്കം എനിക്ക് ഒരു സുന്ദരിയുമായി അലിഞ്ഞു തീരുന്നതുപോലെയാണ്. അതുകൊണ്ട് കിടക്കയും കിടപ്പറയും എപ്പോഴും വൃത്തിയായി സൂക്ഷിക്കണം. യഥാർഥത്തിൽ എന്റെ ലോകം കിടപ്പറയാണ്.”

അതികാലത്തെഴുന്നേറ്റു ശീലമുള്ള ഭാര്യക്ക് ഇതൊന്നും മനസിലായതേയില്ല. മതികെട്ടുറങ്ങുന്ന അയാളെ തെല്ല് അസൂയകലർന്ന ഈർഷ്യയോടെ ഭാര്യ വിളിച്ചുണർത്താൻ ശ്രമിച്ചു. ഒന്നും വിലപ്പോയില്ല. അയാൾ ഒരു കൊച്ചുകുഞ്ഞിനെപ്പോലെ ഏതോ അന്യലോകത്ത് ഉറക്കത്തിന്റെ മുല കുടിച്ചുകിടന്നു.

ഉറുമ്പ് കടിക്കുന്നുണ്ട് – അയാളുടെ ആത്മഗതമാർന്ന ആലോചന മുറിയുകയാണ്.

കിടക്കവിട്ടെഴുന്നേറ്റ് ഒന്നുകൂടി ഉറുമ്പിനെ പരതി അയാൾ. തളർന്നുറങ്ങുന്ന ഭാര്യ, മക്കൾ എന്നിവർക്കിടയിലൂടെ വിരിപ്പിൽ അയാളുടെ കണ്ണുകൾ അരിച്ചരിച്ചു നടന്നു. എന്നാൽ ഒരൊറ്റയെണ്ണത്തെപ്പോലും കിട്ടിയില്ല.

ഇടയ്ക്കയാൾക്കു സംശയമായി.

ഇനി ഈ ഉറകുത്തിയ തട്ടിൻപുറത്തുനിന്ന് സീലിങ് ഫാനിന്റെ കറക്കത്തിന്റെ ആയലിൽ അടർന്നു വീഴുന്നതാവുമോ?

ഉറക്കത്തിൽ മകളെന്തോ കണ്ടു പേടിച്ചു കരഞ്ഞു. പിന്നെ വീണ്ടും ഉറക്കത്തിലേക്ക്.

ലൈറ്റ് ഓഫ് ചെയ്തു കിടന്നപ്പോൾ ഉറുമ്പ് വീണ്ടും തന്റെ ദേഹത്തെ ചെറുരോമങ്ങളിലൂടെ കയറിയിറങ്ങുന്നത് അയാൾ അറിഞ്ഞു. അരിശത്തോടെ അയാൾ ആ ഭാഗത്തെ രോമവും തൊലിയും ചേർത്തു ഞെരിച്ചു.

പക്ഷേ, ഇരുട്ടിൽ താനറിയുന്നു– ഞെരിഞ്ഞമർച്ചയെ അതിജീവിച്ച് മെല്ലെ ശരീരം കുടഞ്ഞെഴുന്നേൽക്കുന്നത് എന്താണ്? ഉറുമ്പോ രോമമോ?

വളരെ വിദഗ്ധമായി രക്ഷപ്പെട്ട ഉറുമ്പ് ഒരു ഞെട്ടലിൽനിന്നും ഉണർന്ന് ചർമത്തിലേക്ക് അരിച്ചരിച്ചു നീളുകയാണ്. അയാൾ ദേഹം അനക്കാതെ വളരെ ശ്രദ്ധയോടെ ഇരുട്ടിൽ സ്വിച്ച്ബോർഡിലേക്ക് കൈ യൂന്നി.

ലൈറ്റിട്ടതും ഉറുമ്പിഴയുന്ന ഭാഗത്തേക്കു സൂക്ഷിച്ചുനോക്കി. എത്ര വലിയ സത്യം! കാലിലെ ചുരുണ്ട ചെറുരോമങ്ങൾക്കിടയിലൂടെ അതാ ചർമത്തിലേക്കു നീങ്ങുന്ന ഒരുറുമ്പ്. നന്നേ ചെറിയ, എന്നാൽ കടിച്ചാൽ തിണർത്തു ചുവപ്പിക്കുന്ന ഒരിനം.

അയാൾ ഭാര്യയെ നോക്കി; മക്കളെ നോക്കി. ആരെയും ഉറുമ്പ് കടിക്കുന്നില്ല. ഇന്ന് മൊത്തം

അല്ലെങ്കിൽ ഒരു ഉറുമ്പ് കടിച്ചുവെന്നു കരുതി എന്തു സംഭവിക്കാനാണ്?

ഇടയ്ക്ക് ഇങ്ങനെയൊരു താത്വികവിചാരവും അയാളെ വന്നു മൂടി.

ശരിയാണ് അയാൾ ലൈറ്റണച്ച്. ഉറക്കത്തെ കാത്തിരുന്നു. ഉറുമ്പെങ്കിൽ ഉറുമ്പ്.

പക്ഷേ, ഉറുമ്പ് കടിച്ചുപറിച്ച് മുന്നേറുകയാണ്. തിണർത്ത പാടുകൾ വീണ്ടും വീണ്ടും ചൊറിഞ്ഞു തടിക്കുന്നു. ദേഹം ദേഹത്തോടു കരയുന്നു.

ചെറിയ സ്പർശനം നന്നേ ചെറിയ ശബ്ദം... ഏതുറക്കത്തിലും അയാളുണരും. ഈ കഴിവ് അയാളിൽ ശാപമായി കനത്തു.

അയാൾ ശപിക്കപ്പെട്ട തന്റെ ജന്മഭൂതത്തിലേക്ക് തന്റെ മനസിനെ മേയാൻ വിട്ടു. തന്റെ ജന്മം എന്നും ഇങ്ങനെതന്നെയായിരുന്നില്ലേ? മഴക്കാലത്ത് ബസ്സിൽ ചോരുന്ന ഒരേയൊരിടം. അവിടെയിരിക്കുന്ന ആൾ താനല്ലാതെ മറ്റാരാണ്? ക്യൂവിൽ അവസാനം വിളിക്കുന്ന പേര് തന്റേതല്ലാതെ ആരുടേത്? എന്നാണ് എന്തെങ്കിലുമൊരു തകരാറില്ലാത്ത കുപ്പായം തയ്ച്ചുകിട്ടിയത്? ഏതു ബോൾപേനയിലെ മഷിയാണു മുഴുവൻ എഴുതിത്തീരും മുമ്പ് കട്ടപിടിക്കാതിരുന്നത്?

അടുക്കളയിൽ കറി നന്നായപ്പോഴൊക്കെ ചോറിൽ കല്ലുകടിച്ചു.

പരാതി പറഞ്ഞപ്പോൾ ഉമ്മ ദേഷ്യപ്പെട്ടു:

"എന്റെ ഏഴു മക്കളും തിന്നു. ഉപ്പയും മൂത്താപ്പയും തിന്നു. നിനക്ക് മാത്രം കല്ല്. വിഴുങ്ങിയിട്ട് പോടാ."

ട്രെയിനിലെ ദീർഘയാത്രയിലെപ്പോഴും അയാൾക്കഭിമുഖമായി ഒരു കുഷ്ഠരോഗിയായിരുന്നു. സ്കൂളിൽ മാഷ് പറയുന്നതുമുഴുവൻ വളഞ്ഞ ഭാഷയിൽ. ഞാൻ മൗനമായി നിലവിളിച്ചു. എനിക്കു മനസിലാകുന്നില്ല. വ്യക്തമല്ല. ഇതു ചുറ്റിത്തിരിയുന്ന ഭാഷയാണ്. മാർക്ക്‌ലിസ്റ്റിൽ എഴുതിയ തന്റെ പേരിൽ അക്ഷരത്തെറ്റ്.

അയാൾ തന്റെ ഒരു ആത്മമിത്രത്തോടു പറഞ്ഞു:

"ജീവിതം എനിക്ക് ഓരോ അണുവിലും പോരാട്ടമാവുന്നു."

അയാൾ ചിരിച്ചു;

"നിന്റെ മനസിന്റെ കുഴപ്പമാണ്. പ്രശ്നങ്ങളെ നീ ആവാഹിച്ചു വരുത്തുകയാണ്."

ഉറുമ്പിനെയും?

അതെ, തിണർപ്പിൽ വീണ്ടും ഉഷ്ണത്തിന്റെ ചൊറിച്ചിലാണ്.

ഇതിനപ്പുറം ക്ഷമിക്കുന്നതിലർഥമില്ല.

അയാളെഴുന്നേറ്റ് ലൈറ്റിട്ടു.

അയാൾ ഉറുമ്പ് കടന്നുവരുന്ന വഴികളിലേക്ക് ഉറക്കം പുളിച്ച കണ്ണുകളുമായി പരതി. കട്ടിലിനടിയിലേക്കു ടോർച്ചടിച്ചു - കുറെ പഴയ സാധനങ്ങൾ, ചിലന്തിയുടെ ചെറിയൊരു കുടുംബം.

തളർന്നപ്പോൾ ശ്രമം നിർത്തിവെച്ചു.

ഉറുമ്പിനു നിയതമായ വഴികളില്ല.

ചില ശരീരങ്ങളെ അതു കൂടുതൽ രുചിയോടെ തിരിച്ചറിഞ്ഞു വന്നു കടിച്ചാഹ്ലാദിക്കുന്നു. ഓരോ രോമകൂപത്തിലും തിണർപ്പും ചുവന്നു തടിച്ച പാടും അവശേഷിപ്പിച്ച് അതു ജന്മാന്തരസഞ്ചാരങ്ങളിലേർപ്പെടുന്നു.

ചൊറിഞ്ഞു തിണർക്കാനാണു ചില ജന്മങ്ങൾ.

അവരുടെ ശരീരഗന്ധങ്ങൾ ഒരു ദുർമന്ത്ര മർമരമാകുന്നു. ആ വിളി കേൾക്കുമ്പോൾ അത് എവിടെയും പ്രത്യക്ഷപ്പെടും. ദേഹം കടിച്ചുവലിച്ചു രസിക്കാൻ.

കാഴ്ചയിൽ പ്രച്ഛന്നമായി, സ്വർഗത്തിൽ ഒളിപ്പോരാളിയായി. അവർ അത്തരം ശരീരങ്ങളെ മനസിന്റെ ചുട്ടുനീറ്റുന്ന സ്പർശിനികളാൽ വേവിച്ചുകൊണ്ടേയിരിക്കും. മരണം വരെ.

അവസാനിക്കാത്ത കഥപോലെ അയാൾ ഇരുട്ടിന്റെ യാതനാസഞ്ചാരത്തിൽ ചൊറിഞ്ഞു പുകഞ്ഞുകൊണ്ടിരുന്നു. രോമങ്ങൾക്കിടയിലൂടെ അരിച്ചരിച്ചു നീങ്ങുന്നത് ഉറുമ്പല്ലാതെന്ത്? ഞെരിച്ചിട്ടും രക്ഷപ്പെട്ടുകളഞ്ഞല്ലോ. ഉറുമ്പ് എന്ന യാഥാർഥ്യത്തിന് ഒന്നുമായും സാദൃശ്യമില്ലല്ലോ.

അയാൾ വീണ്ടും എഴുന്നേറ്റു ലൈറ്റിട്ടു.

ആവർത്തനംകൊണ്ട് കാലുകൾ കഴയ്ക്കുന്നുണ്ടായിരുന്നു.

സുഖമായുറങ്ങുന്ന ഭാര്യ.

താൻ മുറിയിൽ ഒറ്റയ്ക്കാണെന്നും വിനിമയം ചെയ്യപ്പെടാനാവാത്ത ഒരു ജഡവസ്തുവാണു താനെന്നും അയാൾക്കു തോന്നി.

പെട്ടെന്നാണു ഞെട്ടലോടെ ഒരു കാര്യം ശ്രദ്ധയിൽ പെട്ടത്.

ഏകാന്തനായി അലയുന്ന ഏതോ ഒറ്റയാൻ ഉറുമ്പാണു തന്നെ കടിച്ചു വലിച്ചുകൊണ്ടിരിക്കുന്നത്; ഞാനതിനെ നോക്കിയിരിക്കെ, അതിന്റെ വായിലെ ഉപ്പും പുളിയും കലർന്ന ഒരുതരം രസം തന്റെ പല്ലുകൾക്കിടയിലേക്കു പടരുന്നു...

മാതൃഭൂമി ഓണപ്പതിപ്പ് 2001

അനന്തകൃഷ്ണന്റെ ഇടവഴികൾ

തന്നെ ആരോ നിരന്തരം പിന്തുടരുകയും നിഗൂഢമായി ഉപദ്രവിച്ചു രസിക്കുകയും ചെയ്യുന്നുണ്ട്– അനന്തകൃഷ്ണന് ഇങ്ങനെ തോന്നാൻ തുടങ്ങിയിട്ട് കാലം കുറച്ചായി. വെറുതെ എന്തിന്റെയെങ്കിലും ഭ്രമംകൊണ്ട് ഉണ്ടായതല്ല ഇതൊന്നും. തെളിവുകൾ ഒന്നല്ല അനവധി അനവധിയാണ്. പലതും കണ്ടിട്ടും കാണാതെ നടന്നു. കേട്ടിട്ടും കേൾക്കാതെ നടന്നു. എന്നാലും ക്ഷമയ്ക്കും ഒരതിരുണ്ടല്ലോ. ആളുകൾ എന്തിനാണ് ഇങ്ങനെ തന്നെ മാറ്റിനിർത്തി സ്വകാര്യം പറയുന്നതെന്നും ആഴത്തിൽ വിരൽമുദ്രകൊണ്ടു പ്ലാൻ ചെയ്യുന്നതെന്നും എത്ര ശ്രമിച്ചിട്ടും അനന്തകൃഷ്ണനു മനസിലാക്കാൻ കഴിഞ്ഞിട്ടില്ല. ഇടംകണ്ണിട്ടു നോക്കിയതല്ലാതെ നടക്കാൻ വയ്യാത്ത നിലയിലായിരിക്കുന്നു.

ഫസ്റ്റ് ഇയർ പി ജിയുടെ പരീക്ഷയെഴുതിക്കൊണ്ടിരിക്കുകയായിരുന്നു അനന്തകൃഷ്ണൻ. പരീക്ഷ തുടങ്ങി ഒരരമണിക്കൂറായിട്ടുണ്ടാവും. അപ്പോഴാണതുണ്ടായത്. വിജയരാഘവൻസാറ് കോപ്പിയടിക്കാനുള്ള ഉത്തരക്കടലാസ് മടക്കി സദാനന്ദന്റെ മേശയ്ക്കടിയിലേക്കു തിരുകുന്നു. ആദ്യം വിശ്വസിക്കാനേ കഴിഞ്ഞില്ല. വേറെ വല്ല പേപ്പറുമായിരിക്കും എന്നു തന്നെ കരുതി. പിന്നെയല്ലേ സംഗതി സീരിയസാണെന്നു മനസിലാകുന്നത്. വിജയരാഘവൻസാറ് ഹാളിലെ മുഴുവൻ വിദ്യാർഥികൾക്കും ഇങ്ങനെ കോപ്പിയടിക്കാനുള്ള ഉരുപ്പടി ചുരുട്ടിയെത്തിച്ചു കൊടുക്കുന്നു! തനിക്കൊഴികെ. പരീക്ഷ തീരുന്നതിന് ഒരരമണിക്കൂറുമുമ്പ് അനന്തകൃഷ്ണൻ എഴുന്നേറ്റുനിന്ന് ഒച്ചയിട്ടു. തെണ്ടിത്തരത്തിനും ഒരതിരുണ്ട്. ഇങ്ങനെയാണെങ്കിൽ എന്തിനാണ് പരീക്ഷ? എന്തിനാണ് പാഠ്യപദ്ധതികൾ? വാഴ്സിറ്റി? കോളേജ്?

അനന്തകൃഷ്ണൻ ഡസ്കിനു മുകളിൽ കയറിനിന്നു രോഷാകുലനായി ഒരു പ്രസംഗം തന്നെ ചെയ്തു. ധാർമികബോധമുള്ള ഒരു വിദ്യാർഥിയെന്ന നിലയ്ക്ക് അനന്തകൃഷ്ണന്റെ കടമയായിരുന്നു അത്.

ക്ലാസിനുള്ളിലെ സകല വിദ്യാർഥികളും അന്തംവിട്ടുപോയി എന്നു പ്രത്യേകം പറയേണ്ടതില്ലല്ലോ. അന്ന് അവിടെ കോളേജിലുണ്ടായ ബഹളം. പ്രശ്നങ്ങൾ. പരീക്ഷയെഴുതിയവർ മുഴുവൻ ചേർന്ന് അനന്തകൃഷ്ണനെ കൊന്നു കുഴിച്ചുമൂടാൻകൂടി പ്ലാൻ ചെയ്തില്ലേ? ഹോ, വിജയരാഘവൻസാറിന്റെ ഒരു നാട്യമേ. കണ്ണടയഴിച്ചു ജുബ്ബായിൽ തിരുപ്പിടിച്ചു തലതാഴ്ത്തി കണ്ണീർ നിയന്ത്രിച്ച് സാത്വികനായ ഒരധ്യാപകന്റെ ലുക്കിൽ... കോപ്പിയടി സംഘത്തിന്റെ സാന്ത്വനവാക്കിനു നടുവിൽ. ഹോ, താനൊന്നും അറിഞ്ഞില്ല ചെയ്തില്ല എന്ന ഭാവത്തിൽ. ചെയ്തില്ല എന്നു വേണമെങ്കിൽ ഭാവിച്ചോട്ടെ. അറിഞ്ഞില്ല എന്ന് എന്തിനാണ് നടിക്കുന്നത്. അപ്പോഴാണ് തിളച്ചു പോകുന്നത്. അന്ന് തനിക്കെതിരെ തിരിഞ്ഞ കോപ്പിയടിസംഘത്തിന്റെ ലീഡർ ആരായിരുന്നു? സദാനന്ദൻ. അവനല്ലാതെ പിന്നെയാര്? കാണുമല്ലോ. താൽപ്പര്യം കാണുമല്ലോ. വിജയരാഘവന്റെ ഭാര്യ സുമിത്രസാറുമായുള്ള സദാനന്ദന്റെയടുപ്പം. എന്നെക്കൊണ്ടൊന്നും പറയിക്കാതിരിക്കുകയാണ് ഭേദം. സാറിന്റെ വലിയ ഒരനുജന്റെ നാട്യത്തിലല്ലേ ആ വീട്ടുകാരുമായി സദാനന്ദൻ കൂട്ടുകൂടുന്നതും അന്തിയുറങ്ങുന്നതും. പലതവണ വിജയരാഘവൻസാറിനോടു സംസാരിക്കുമ്പോൾ താൻ ഇതിനെപ്പറ്റി താക്കീതിന്റെ സൂചന നൽകിയതാണ്. അയാൾക്കുണ്ടോ വല്ല അനക്കവും? അയാൾ ലിബറൽ സൊസൈറ്റിയിലാണത്രേ. എല്ലാം ക്ഷമിച്ചു. പൊറുത്തു. താനായിട്ട് ഒരു ലഹളക്കാരനാവണ്ട. അനന്തകൃഷ്ണൻ അങ്ങനെ പലപ്പോഴും സമാധാനിച്ചതുകൊണ്ടാണ് പല വലിയ പ്രത്യാഘാതങ്ങളും ഒഴിഞ്ഞുപോയത്.

കഴിഞ്ഞ മഴക്കാലമാണത്. ഒരു വെള്ളിയാഴ്ച. കോളേജിൽനിന്നു തിരിച്ചുവരുമ്പോൾ തന്നെ വൈകിയിരുന്നു. അതുകൊണ്ടാണ് അനന്തകൃഷ്ണൻ പുതിയ ആ ഫോറിൻകുട ക്ലാസിൽ വെച്ചു മറന്നത്. ഉടനെ തിരിച്ചു ബസിൽക്കയറി. ഒരു ദീർഘയാത്ര വേണ്ടിവരുമെങ്കിലും കുട നഷ്ടപ്പെടില്ലല്ലോ എന്നായിരുന്നു മനസിൽ. കോളേജിലെത്തിയപ്പോൾ നേരം ഇരുട്ടിയിരുന്നു. ഗേറ്റു ചാടിക്കടന്ന് മൂത്രപ്പുരയും ഇടമുറിയും കഴിഞ്ഞ് പിരിയൻ കോവണി കയറി മോളിലെത്തി. വരാന്തയുടെ പാർശ്വത്തിലെ അഴികളില്ലാത്ത വലിയ ജാലകവാതിൽ അടച്ചിട്ടിരുന്നു. കുറ്റിയില്ലാത്തതുകൊണ്ട് വാതിൽ തുറന്ന് അകത്തുകയറി മൂലയിൽനിന്ന് അനായാസേന കുട കൈയിലെടുക്കേണ്ട പണിയേ ഉള്ളൂ. ജാലകത്തിനടുത്തെത്തിയപ്പോൾത്തന്നെ സംശയം തോന്നിയതാണ്. ആരോ അകത്തുനിന്ന് അടക്കിപ്പിടിച്ചു വർത്തമാനം പറയുന്നു. ഇക്കിളി നുരഞ്ഞ് അമർത്തിച്ചിരിക്കുന്നു. ഹൃദയം പടപടാ മിടിക്കാൻ തുടങ്ങി. വളരെ പരിചയം തോന്നിച്ചു ശബ്ദം. പതുക്കെ ജാലകം തുറന്ന് ഒച്ചയുണ്ടാക്കാതെ മൂലയിൽ നിന്ന് സ്വിച്ച് തപ്പിപ്പിടിച്ച് 'ടിക്' എന്ന് ലൈറ്റിട്ടു. മുറിയിൽ കണ്ട

രംഗം അവിശ്വസനീയമായിരുന്നു. ഡസ്കുകൾക്കിടയിൽ സാവിത്രിസാറിന്റെ നഗ്നമായ ഉടലിനു താഴെ സദാനന്ദൻ. ഞെട്ടിപ്പിടഞ്ഞെഴുന്നേൽക്കാൻ ശ്രമിക്കുന്നതും തന്നെ പിന്നിൽനിന്നു വിളിച്ചു ചിലതൊക്കെ വിശദീകരിക്കാൻ ശ്രമിക്കുന്നതും അറിഞ്ഞതാണ്. കുടയുമെടുത്ത് താൻ ശരംപോലെ തിരിച്ചുപോന്നു.

നോക്കണേ, ഗുരുശിഷ്യബന്ധം ഉദാരമാക്കിയതിന്റെ ഫലം. എന്നിട്ടും താൻ ആരോടെങ്കിലും ഒരക്ഷരം മിണ്ടിയോ? ഇല്ല. എന്തുകൊണ്ട്? എന്തുകൊണ്ടാണെന്ന് നിങ്ങൾക്കുതന്നെ ഊഹിക്കാമല്ലോ. അതാണ് അനന്തകൃഷ്ണൻ. ഭൂമിയോളം ക്ഷമിക്കാനും പൊറുക്കാനും അനന്തകൃഷ്ണനറിയാം. സമൂഹത്തിന്റെ ഭദ്രതയ്ക്കുവേണ്ടി ഹിതകരങ്ങളായ രഹസ്യങ്ങൾക്കുമേൽ ഒരു മാതൃകാവിദ്യാർഥിയായി കാവലിരിക്കാനും.

സദാനന്ദനെ വിളിച്ചു സ്വകാര്യത്തിൽ ഇതേപ്പറ്റി താൻ പലതവണ സൂചിപ്പിച്ചില്ലേ, ഈ ബന്ധം നീ ഉടൻ അവസാനിപ്പിക്കണം. ഇതു പവിത്രമായ ഒരു സ്ഥാപനമാണ്.

എന്നിട്ടും നിർത്തിയോ ഇല്ല. കടപ്പുറത്തെ സന്ധ്യാനിബിഢമായ നേരങ്ങളിൽ പൂഴിമണലിലിരുന്നു കടല കൊറിച്ചു സാവിത്രിസാറ്, വിജയരാഘവൻസാറ്, പിന്നെ സദാനന്ദനും. ലിബറൽ സൊസൈറ്റിയല്ലേ, നടക്കട്ടെ,. പിന്നീടും എന്തൊക്കെ അനന്തകൃഷ്ണൻ കണ്ടു? കേട്ടു? മൂത്രപ്പുരയുടെ ഇടനാഴിയിൽ, കോളേജിലെ പിന്നാമ്പുറത്തെ അനാശാസ്യമേഖലകളിൽ, പിരിയൻ കോവണിയിൽ, ചതുപ്പുപടികളുടെ ചെരുവിൽ, അതിന്റെയൊക്കെ പഴുപ്പുനിറഞ്ഞ വേദനയുടെ ഒരു പൊട്ടിയൊലിപ്പായിരുന്നു. പരീക്ഷാഹാളിലെ സംഭവം എന്ന് അനന്തകൃഷ്ണനും സ്വകാര്യമായി സമ്മതിക്കുന്നു.

ആ സംഭവത്തോടെ പഠനം നിലച്ചതിൽ അനന്തകൃഷ്ണന് തെല്ലും ദുഃഖം തോന്നുന്നില്ല. ഇമ്മാതിരി അനാശാസ്യങ്ങൾക്കു കൂട്ടുനിൽക്കേണ്ടല്ലോ. വീട്ടിൽനിന്ന് ഈയിടെയായി അപൂർവമായി മാത്രമേ അനന്തകൃഷ്ണൻ പുറത്തിറങ്ങാറുള്ളൂ. അതുകൊണ്ട് വലിയ പ്രശ്നങ്ങളൊന്നും ഉണ്ടാകാൻ പോകുന്നില്ല.

–എന്നാണ് അനന്തകൃഷ്ണൻ വിചാരിച്ചത്. പക്ഷേ കാര്യങ്ങൾ നടക്കുന്നത് അനന്തകൃഷ്ണന്റെ വിചാരത്തിനനുസരിച്ചല്ലല്ലോ. തന്റെ സ്വകാര്യയലമാരയിലും മേശവലിപ്പിലും കരുതലോടെ സൂക്ഷിച്ചുവെച്ച പ്രിയപ്പെട്ട പല വസ്തുവകകളും കാണാതായിത്തുടങ്ങിയതോടെയാണ് ഒരു പരിചിന്തനത്തിന് അനന്തകൃഷ്ണൻ തയാറാവുന്നത്. ഇതിനു മുമ്പ് അരങ്ങേറിയ ഒട്ടനവധി നാടകങ്ങളിലേക്കു വെളിച്ചംവീശാൻ പോന്നതായിരുന്നു ഈ സംഭവം. അനന്തകൃഷ്ണന്റെ പുതിയ ഒരു ഷർട്ടിന്റെ പിറകുവശം ബ്ലേഡു വെച്ചു നെടുകെ കീറിയിട്ടതാരാണ്? എസ് എസ് എൽ സി ബുക്ക്, പ്രീഡിഗ്രി മാർക്കുലിസ്റ്റുകൾ ഇവയൊക്കെ ക്രമാനുഗതമായി കാണാതായതെങ്ങനെ? കള്ളന്മാർ കപ്പലിലുമുണ്ട്. അനന്തകൃഷ്ണൻ വീട്ടിലുണ്ടാക്കിയ കുഴപ്പങ്ങൾ ചില്ലറയല്ല. ഏറ്റവും ഇളയ മോനായതിന്റെ

ലാളനയാണ് ഇതിന്റെയൊക്കെ കാരണമെന്ന് കൊറിയയിൽനിന്നും വന്ന ഏട്ടൻ അമ്മയോടു പറയുന്നതു കേട്ടു.

ആദ്യമൊക്കെ വീട്ടുകാരെത്തന്നെയായിരുന്നു സംശയം. പിന്നെപ്പിന്നെയാണ് ചില കാര്യങ്ങളുടെ ഇരുളും പൊരുളും കുറേശ്ശെ ബോധ്യപ്പെട്ടു തുടങ്ങിയത്.

പി എസ് സിയുടെ ഒരു അപേക്ഷാഫോറം പോസ്റ്റുചെയ്ത സംഭവം തന്നെയെടുക്കാം. കവലയിലെ അനേകായിരം തലകൾക്കു നടുവിലാണ് അത് പോസ്റ്റ് ചെയ്തത്. താടിവെച്ചത്, മീശ പിരിച്ചുവച്ചത്, ഒട്ടിയത്, ചീർത്തത് കഷണ്ടി, ക്രോപ്പ് ഇങ്ങനെ അനേകം തലകൾ. തലകൾക്കു നടുവിൽ തപാൽപെട്ടി കാണുന്നേ ഉണ്ടായിരുന്നില്ല. ഒരു വൈകുന്നേരമാണ് അപേക്ഷയൊട്ടിച്ച ആ നീളൻ കവർ തപാൽപ്പെട്ടിയിലിട്ടത്. ആളുകൾ തന്നെ ഒരപരിചിതനെയെന്നവണ്ണം തുറിച്ചുനോക്കിയത് അനന്തകൃഷ്ണൻ പ്രത്യേകം ശ്രദ്ധിച്ചു. കവറിനു പുറത്തെഴുതിയ ആപ്ലിക്കേഷൻ ഫോർ ദ പോസ്റ്റ് ഓഫ്... ആളുകളിൽ നിന്ന് എന്തുകൊണ്ടോ ചെരിച്ചു മറച്ചുപിടിച്ചു അനന്തകൃഷ്ണൻ.

പിറ്റേന്നു കാലത്ത് വീട്ടുകോലായിൽ ചടഞ്ഞിരിക്കുകയായിരുന്നു അനന്തകൃഷ്ണൻ. അപ്പോഴാണ് മീൻകാരി പാറു കൊട്ടയുമായി വന്നത്. അമ്മ നാല് അയില വാങ്ങി. പൊതിഞ്ഞു കൊടുത്ത കടലാസ് കണ്ടപ്പോൾ ഒരു പരിചയം തോന്നി. സൂക്ഷിച്ചു നോക്കിയപ്പോൾ... നോക്കിയപ്പോൾ അനന്തകൃഷ്ണൻ ചാടിയെണീറ്റുപോയി. തലേന്നു പോസ്റ്റു ചെയ്ത അപേക്ഷാഫോറം. പാറുവമ്മയെ പിടിച്ചുനിർത്തി പിന്നെ ചോദ്യം ചെയ്യലായി, വെല്ലുവിളിയായി, പാറുവമ്മയുടെ മാറത്തടിയായി.... അമ്മ പറഞ്ഞു: “അനന്താ, നീയൊന്നടങ്ങ്. എന്തു പ്രശ്നമുണ്ടെങ്കിലും വഴിയുണ്ടാക്കാം?”

എങ്ങനെ അടങ്ങും?

അനന്തകൃഷ്ണന്റെ സ്ഥാനത്ത് നിങ്ങളായിരുന്നെങ്കിൽ സഹിക്കുമോ? പരാന്നഭോജിയായി ജീവിക്കാൻ ഭൂമിയിലെ ഏതു മനുഷ്യനാണ് ഇഷ്ടപ്പെടുക. ഈ അപേക്ഷാഫോറത്തിന്റെ പുറത്ത് അനന്തകൃഷ്ണന്റെ കിനാവുകൾ ഇപ്പോഴും നനഞ്ഞുകിടപ്പുണ്ട്. ആ അപേക്ഷാഫോറമാണ് അയില പൊതിഞ്ഞ്... ഇതെവിടുന്നു കിട്ടി? ആരു തന്നു? തുടങ്ങിയ നിരവധി ചോദ്യങ്ങൾക്കുള്ള മറുപടി കിട്ടാതെ അടങ്ങുന്ന പ്രശ്നമേയില്ല. അനന്തകൃഷ്ണൻ അൽപ്പം അക്രമാസക്തനായി എന്നതു നേരാണ്. എന്നിട്ടൊക്കെ എന്തു കാര്യം? തെളിവിന്റെ ഒരു തുരുമ്പുപോലും അനന്തകൃഷ്ണനു കണ്ടെടുക്കാൻ കഴിഞ്ഞുവോ?

നനഞ്ഞ അപേക്ഷാഫോറത്തിനുള്ളിലെ തണുത്ത അയിലയുടെ മരവിച്ച കണ്ണുമാത്രം അനന്തകൃഷ്ണന്റെ തലയോട്ടിക്കുള്ളിൽ ഐസുപോലെ നീറിത്തീർന്നു.

എന്നാൽ ദിവസങ്ങൾക്കു മുമ്പു നടന്ന മറ്റൊരു സംഭവം അങ്ങനെ നീറിത്തീർന്നില്ല. ആ സംഭവത്തിന്റെ ഷോക്കിൽനിന്ന് അനന്തകൃഷ്ണൻ ഇപ്പോഴും മുക്തനായിട്ടില്ല.

ടൗണിൽ എംപ്ലോയ്മെന്റ് എക്സ്ചേഞ്ചിൽ രജിസ്ട്രേഷൻ റിന്യൂവൽ ചെയ്യാൻ ചെന്നതായിരുന്നു അനന്തകൃഷ്ണൻ. ടൗണിൽ ബസിറങ്ങി കലക്ടറേറ്റിനു പിന്നിലുള്ള ഊടുവഴി മുറിച്ചുകടക്കുമ്പോഴാണ് ഗാന്ധിറോഡിലെ ആൾക്കൂട്ടം കണ്ടത്. എന്തോ കാഴ്ച കാണാൻ ആളുകൾ തിങ്ങിക്കൂടിയിരിക്കുന്നു. കേവലമൊരു കൗതുകത്തിനുവേണ്ടിയായിരുന്നു അനന്തകൃഷ്ണനും തിരക്കിനകത്തേക്കു തലയിട്ടുനോക്കിയത്. അകത്തുനിന്ന് ആരൊക്കെയോ ചിലരെ നിയന്ത്രിക്കാൻ ശ്രമിക്കുന്നതു മാത്രം അനന്തകൃഷ്ണൻ കണ്ടു. പിന്നെ ഏതാനും നിമിഷംകൊണ്ട് ആൾക്കൂട്ടം ഒരു ക്യൂവായി രൂപാന്തരപ്പെട്ടതും താൻ ക്യൂവിലെ അനേകരിലൊരാളാണെന്നും അനന്തകൃഷ്ണൻ തിരിച്ചറിഞ്ഞു. മുന്നിൽ വലിയൊരു കൂടാരം. കൂടാരത്തിലേക്കുള്ള ക്യൂവിൽ പതിനാലാമനായിരുന്നു അനന്തകൃഷ്ണൻ. തന്റെ ഊഴമെത്തി. കൂടാരത്തിനകത്തെ മുളക്കവാടവും കടന്ന് അകത്തെത്തിയതോടെയാണ് കെണി മനസിലാകുന്നത്. ഒരു നീണ്ട ഫോറം. മേശയിൽ കൈയൂന്നിയിരുന്ന തടിയൻ തന്റെ പേര്, വയസ്സ്, വിദ്യാഭ്യാസയോഗ്യത ഇവയൊക്കെ കുറിച്ചെടുക്കുന്നു. എന്തിനാണിതൊക്കെയെന്ന ചോദ്യത്തിനുമാത്രം മറുപടിയില്ല. പെട്ടെന്ന് മറ്റൊരു മുറിയിലേക്കു നയിക്കപ്പെട്ടു അനന്തകൃഷ്ണൻ. ഒരു ഉയർന്ന ഉദ്യോഗസ്ഥനാണെന്നു തോന്നിപ്പിക്കുന്നവിധം ചതുരവടിവിൽ വലിയ തലയുള്ള ഒരാൾ ആ മുറിയിൽ ഇരിക്കുന്നുണ്ടായിരുന്നു. മുന്നിലുള്ള കസേര ചൂണ്ടി അയാൾ ഇരിക്കാൻപറഞ്ഞു. അനന്തകൃഷ്ണൻ അറിയാതെ ഇരുന്നുപോയതും മേശപ്പുറത്തെ ബെൽ മുഴങ്ങി. ഏറെ താമസിയാതെ ഒരു മെലിഞ്ഞ പ്യൂൺ പ്രത്യക്ഷപ്പെട്ടു. വലിയ തലയുള്ള ഉദ്യോഗസ്ഥൻ അനന്തകൃഷ്ണനെ ചൂണ്ടി പറഞ്ഞു:

ഇയാളുടെ അക്കൗണ്ട് ബുക്ക് കൊണ്ടുവരൂ.

അനന്തകൃഷ്ണൻ ചോദിച്ചു:

“നിങ്ങൾ ആരുടെ അക്കൗണ്ട് ബുക്കിനെപ്പറ്റിയാണ്...”

വാക്യം പൂർത്തിയാക്കാൻ വിടാത്തവിധം അയാൾ ഒരിളം ചിരിയോടെ അനന്തകൃഷ്ണനോട് അക്ഷമനാവാതിരിക്കാൻ ആംഗ്യംകാട്ടി.

വളരെ വേഗത്തിലായിരുന്നു പ്യൂൺ വലിയൊരു അക്കൗണ്ടു പുസ്തകവുമായി തിരിച്ചുവന്നത്. അലൂമിനിയം ചട്ടയിട്ട തടിച്ച അക്കൗണ്ടു ബുക്കിൽ കടലാസുചീൾ മടക്കിവെച്ച പേജ് തുറന്നുനോക്കി അയാൾ അനന്തകൃഷ്ണനോടു ഒരു പുരോഹിതനെപ്പോലെ സംസാരിച്ചു.

ആദ്യം ഒരു മുഖവുര പിന്നെ കാതൽ. അവസാനം ഔപചാരികമായ ഒരഭ്യർഥന – ഈ രീതിയിലായിരുന്നു സംസാരം.

അയാൾ ഒരു പൗരനെന്ന നിലയ്ക്ക് നാം ഓരോരുത്തർക്കും നമ്മുടെ മാതൃരാജ്യത്തോടുണ്ടായിരിക്കേണ്ട കർതവ്യബോധത്തെപ്പറ്റി പറഞ്ഞു. പിന്നെ അനന്തകൃഷ്ണൻ അടച്ചുതീർക്കാനുള്ള രണ്ടായിരം രൂപയെപ്പറ്റി പറഞ്ഞു...

അനന്തകൃഷ്ണൻ ഞെട്ടി.

ഞെട്ടുക മാത്രമല്ല, ഉറക്കെ ചോദിക്കുകയും ചെയ്തു:

"രണ്ടായിരം രൂപയോ? നിങ്ങൾ ഇമ്മാതിരി കറക്കുകമ്പനിയാരംഭിച്ചിട്ട് എത്ര കാലായി?"

എക്സിക്യൂട്ടീവ് ചെയറിൽ ചാരി അയാൾ തടിയനങ്ങാതെ ചിരിച്ചു. പക്വതകൊണ്ടു ചെത്തിമൂർപ്പിച്ച ചിരി.

അയാൾ പറഞ്ഞു:

"സുഹൃത്തേ, നിങ്ങൾ ക്ഷുഭിതനാകാതെ. താങ്കളെപ്പോലുള്ള ഒരാളോട് അധികം വിദീകരിക്കേണ്ടതില്ലല്ലോ. ഐ എം എഫിൽ നിന്ന് നിങ്ങളുടെ രാജ്യം വാങ്ങിയ കടം പിരിച്ചേൽപ്പിക്കാൻ നിയുക്തനാക്കപ്പെട്ട ഒരധികാരിയാണ് ഞാൻ. ഇഫ് യു ഹാവ് എനി ഡൗട്ട്..."

അയാൾ ഐഡന്റിറ്റിക്കാർഡ് പോലൊന്ന് നീട്ടി.

അനന്തകൃഷ്ണൻ ക്ഷോഭത്തിന്റെ മൂർധന്യത്തിലെത്തി.

"ഒരഞ്ചു നയാപ്പൈസ കിട്ടുമെന്നു കരുതേണ്ട. ഐ എം എഫ് എന്നാൽ ഗാന്ധിറോഡിൽ കൂടാരം കെട്ടി ആളുകളെ തെറ്റിദ്ധരിപ്പിച്ച് പണം വസൂലാക്കുന്ന ഉച്ചാളി ഇടപാടല്ല. ഇമ്മാതിരി കളിയൊക്കെ അക്ഷരമറിയാത്തവരോടു മതി... ഐ എം എഫ് പോലും..."

പുറത്തിറങ്ങാൻ ഒരു ശ്രമം നടത്തിയതോടെയാണ് അനന്തകൃഷ്ണന് കൂടാരം മാരകമായ ഒരു കെണിയാണെന്ന് തിരിച്ചറിയാനായത്. കൂടാരത്തിലെ ഒരു മുറിയിൽ നിന്നും ഇറങ്ങിവന്ന നാലു തടിയന്മാർ അനന്തകൃഷ്ണന്റെ സർവവസ്തുവകകളും പിടിച്ചുപറിച്ചു.

പിന്നീട് നടന്നതിനെപ്പറ്റി ഓർക്കുന്നതുതന്നെ അനന്തകൃഷ്ണനു കലിയാണ്. നീതികിട്ടാത്ത, കർമശേഷിയറ്റ ഒരു സമൂഹത്തിൽ ഒറ്റയാനായ ഒരു പടയാളിക്ക് എന്തുചെയ്യാനാവും? എങ്കിലും അനന്തകൃഷ്ണൻ നഗരത്തിലിറങ്ങി ആൾക്കൂട്ടത്തോട് ഒരു ലഘുപ്രഭാഷണംതന്നെ നടത്തി. പ്രശാന്തസുന്ദരമായ നമ്മുടെ നഗരം പിടിച്ചുപറി സംഘങ്ങളുടെ സങ്കേതമായി മാറിയിരിക്കുന്നു. നിയമപാലകർ അലസരാണ്. പ്രതികരണശേഷിയില്ലാത്ത ജനത...

തിരിച്ചു വരുമ്പോൾ സന്ധ്യയായിരുന്നു.

കവലയിൽ ബസിറങ്ങി ചേരിയിടയിലേക്കു തിരിയുകയായിരുന്നു. അന്നേരമാണ് തന്നെ ആരൊക്കെയോ പിന്തുടരുന്നുവെന്ന സത്യം അനന്തകൃഷ്ണൻ തിരിച്ചറിഞ്ഞത്. ഒരുപാടൊരുപാട് കാലമായി ഇത്. എന്താണിവരുടെ പ്ലാൻ? അംഗച്ഛേദം ചെയ്യാനോ, കൊല്ലാനോ? രണ്ടായാലും ഈ അനന്തകൃഷ്ണൻ പുല്ലുപോലെ നേരിടും. ഉള്ളിൽ നിന്ന് ഇടയ്ക്കു വിങ്ങി വന്ന ഭയത്തിന്റെ വിമ്മിട്ടത്തിനിടയിലും അനന്തകൃഷ്ണൻ തന്നോടുതന്നെ ശപഥം ചെയ്തു. രണ്ടാം ഇട കഴിഞ്ഞു ചാക്കാരൻവളവിലേക്കു തിരിഞ്ഞപ്പോഴാണ് തലയൊന്നു വെട്ടിച്ചുനോക്കിയത്. അതാ നേരിയ വെളിച്ചത്തിൽ, ഒന്നുരണ്ടുപേർ മറ്റൊരു ഇടയിലേക്കു മാറിക്കളയുന്നു. കമ്മാരൻവളവും കഴിഞ്ഞു തിരിയുമ്പോഴും ഇതു കണ്ടു. വീട്ടിലെത്താൻ ഇനിയും രണ്ടു മിനിട്ടു നടക്കണം. ഇടയ്ക്ക് ഓടാൻ തോന്നി അനന്തകൃ

ഷ്ണന്. രണ്ടാം നിമിഷം അനന്തകൃഷ്ണൻ അനന്തകൃഷ്ണനോടുതന്നെ ചിരിച്ചു: ഭീരു. നാണമില്ലേ, അലറുന്ന ആൾക്കൂട്ടത്തിനു മുന്നിൽ നിസ്സങ്കോചം വാക്ധോരണിയുതിർക്കാൻ കെൽപ്പുള്ള ഒരു മനസാണ് തന്റെ കൈയിൽ. മനസ്സാണ് ഏറ്റവും വലിയ ആയുധം. വരട്ടെ, ഒളിഞ്ഞു പിന്തുടരുന്ന ഭീരുക്കൾ വരട്ടെ. അനന്തകൃഷ്ണൻ ആരെന്ന് അവരറിയും.

എന്നിട്ടും വീടെത്തിയപ്പോഴേക്കും അനന്തകൃഷ്ണൻ കിതച്ചു. അമ്മ നിലവിളക്കു കത്തിച്ചുവെച്ചിരുന്നു. മുറ്റത്തെ ഇരുട്ടിൽനിന്ന് ദൂരേക്കു നോക്കി അനന്തകൃഷ്ണൻ ഒളിഞ്ഞു പിന്തുടർന്നവരെ ശരിക്കും പെരുമാറി. വാക്കുകൊണ്ട്. നാണമുണ്ടെങ്കിൽ മുഖാമുഖം വരാനും വെല്ലുവിളിച്ചു.

ഒച്ചകേട്ട് ഇറങ്ങിവന്ന രണ്ടാമത്തെ ഏട്ടനും മൂന്നാമത്തെ ഏട്ടനും അവിശ്വാസപൂർവം തന്നെ നോക്കിയതേയുള്ളൂ. ഈ അവിശ്വാസഭാവം അനന്തകൃഷ്ണനെ ആഴത്തിൽ സ്പർശിക്കുകതന്നെ ചെയ്തു.

അത്താഴവും കഴിച്ച് ഉറങ്ങാൻ കിടന്നപ്പോൾ മുറിയിലെ ഇരുട്ടിനോട് അനന്തകൃഷ്ണൻ സംസാരിച്ചു.

കണ്ടില്ലേ, ഏട്ടന്മാരുടെ സ്വഭാവം. അവർക്കു വിശ്വാസം വരുന്നില്ല. അവർ വിശ്വസിക്കുന്നില്ല. തന്നെ നിരന്തരം വേട്ടയാടിക്കൊണ്ടിരിക്കുന്ന ചില ശക്തികളെപ്പറ്റി പറഞ്ഞപ്പോൾ ഏട്ടന്മാർ വിശ്വസിച്ചില്ല. തന്നെ മാത്രമല്ല, ഈ വീടു തന്നെ ആകമാനം ഏതോ ദുഷ്ടശക്തികളാൽ വലയം ചെയ്യപ്പെട്ടിരിക്കുന്നു. വരട്ടെ, അവസരംവരട്ടെ, ഒരുത്തനെയെങ്കിലും കൈയോടെ പിടികൂടി ഏൽപ്പിക്കും. ഇതിനൊക്കെ പ്രതിവിധി വാക്കല്ല, പ്രവൃത്തിയാണ്. പ്രവൃത്തി.

ഇങ്ങനെ അനന്തകൃഷ്ണൻ തന്റെ മനസ്സിനെ ഒരു ദ്രാവകമാക്കി മുറിയിലെ ഏകാന്തമായ ഇരുട്ടിൽ കലക്കി ഒരുപാട് സംവദിച്ചു. വിനയവിധേയനായ ഒരു നിഷ്കളങ്കനെപ്പോലെ ഇരുട്ട് എല്ലാറ്റിനും തലയാട്ടി സമ്മതിച്ചു.

ഒരു രണ്ടാഴ്ച മുമ്പാണത്.

ഉച്ചയൂണും കഴിഞ്ഞു വീട്ടുകോലായിലെ വിസ്താരമേറിയ മൊസൈക്ക് സീറ്റിൽ തന്റെ വിശാലമായ പറമ്പിൻനടുവിലൂടെ കടന്നുവരുന്ന കാറ്റിന് മേയാൻ നെഞ്ചുകൊടുത്തു പലതും ചിന്തിച്ചു മലർന്നു കിടക്കുകയായിരുന്നു. അന്നേരമാണ് അയൽപക്കത്തെ വീട്ടിലേക്ക് വരമ്പും കടന്ന് ഒരാൾ നടന്നുപോകുന്നത് അനന്തകൃഷ്ണന്റെ ശ്രദ്ധയിൽപെട്ടത്. നല്ലപരിചയമുള്ള നടത്തംപോലെ തോന്നിയതുകൊണ്ടാണ് സൂക്ഷിച്ചുനോക്കിയത്. നോക്കിയപ്പോഴല്ലേ സദാനന്ദൻ! വിജയരാഘവൻസാറിന്റെ, സാവിത്രിടീച്ചറിന്റെ ഇരുപത്തിനാലംഗ കോപ്പിയടിസംഘത്തിലെ സദാനന്ദൻ. അനന്തകൃഷ്ണൻ ജിജ്ഞാസയോടെ എഴുന്നേറ്റുനിന്ന് ഒരു വൃക്ഷത്തിനു പിറകിൽ ഒളിച്ചു നിന്ന് എല്ലാം കണ്ടു.

അയൽപക്കത്ത് മന്ദാകിനിയേടത്തിയൊഴിച്ച് വേറെയാരുമില്ലാത്ത നേരമാണിത്. മന്ദാകിനിയേടത്തി, നാലു പ്രസവിച്ചിട്ടും ശരീരത്തിൽനിന്നു

കസ്തൂരിഗന്ധം കുടിയൊഴിഞ്ഞുപോയിട്ടില്ല. ചന്ദനചർമത്തിനു മങ്ങലേറ്റിട്ടില്ല. കാർകൂന്തൽ, നിതംബഭാരം, അങ്ങനെയങ്ങനെ. കുഞ്ഞിരാമേട്ടനുണ്ടോ ഇതുവല്ലതും.. അവൻ നേരെ ചെന്നു കയറുന്നത് വീടിനകത്തേക്കുതന്നെ. ഇവനെങ്ങനെ മന്ദാകിനിയേടത്തിയുമായി... രണ്ടുമൂന്നു മണിക്കൂറിനുശേഷം സദാനന്ദൻ ഒരു തളർന്ന കാളയെപ്പോലെ വരമ്പു ചേർന്നു മടങ്ങുന്നത് അനന്തകൃഷ്ണൻ പ്ലാവിൻചുവട്ടിൽ ഒളിച്ചിരുന്നു കണ്ടു.

പിറ്റേന്ന് ഞായറാഴ്ചയുടെ ഒഴിവുദിനം.

എണ്ണതേച്ചുള്ള കുളിയും കഴിഞ്ഞ് ഒരു പത്തുപത്തരയോടെ കുഞ്ഞിരാമേട്ടൻ മുടിചീകിയൊതുക്കി, സുന്ദരമായ വെള്ളിരോമങ്ങൾ മറച്ച്, സുഗന്ധം പൂശി തന്റെ ദുർബലമേദസ്സും മുറിക്കൈയൻ ഖദറുമായി നിരത്തുകയറി വരുന്നതുവരെ അനന്തകൃഷ്ണൻ ക്ഷമയോടെ കാത്തിരുന്നു. പിന്നെ ഒരു ചെറുചിരിയുടെ മുഖവുരയോടെ തുടങ്ങി:

“പറയുമ്പോൾ ഒന്നും തോന്നരുത്. മന്ദാകിനിയേടത്തിക്ക് എന്തുപറ്റിയെന്നറിയില്ല. അവരുടെ ഈയിടെയായുള്ള പോക്ക് അത്ര ശരിയല്ല.”

കുഞ്ഞിരാമന്റെ മുഖത്തുണ്ടോ വല്ല ലാഞ്ചനയും? തുടർന്ന് ചില സൂചനകളുടെ മുള്ളാണിയാഴ്ത്തി അനന്തകൃഷ്ണൻ സംസാരിച്ചു.

കുഞ്ഞിരാമേട്ടനാകട്ടെ, ആദ്യം വെറുതെ ചിരിക്കുകയും പിന്നീട്, താനിത് ഗൗരവത്തിലെടുത്തിരിക്കുന്നുവെന്ന് പറഞ്ഞ് പിരിയുകയും ചെയ്തു.

ഏറെ കൃതാർഥനായാണ് അനന്തകൃഷ്ണൻ മടങ്ങിയത്.

ഒരപകടം വന്നിട്ട് അതിനെപ്പറ്റി വിലപിച്ചിട്ടു കാര്യമില്ല. ഒരു നല്ല അയൽപക്കക്കാരനെന്ന നിലയ്ക്ക് തനിക്കുള്ള ബാധ്യതയിൽ ഒന്നാണ് താനിപ്പോൾ നിർവഹിച്ചിരിക്കുന്നത്.

പിറ്റേന്ന് ഉറക്കമുണർന്നപ്പോൾ അനന്തകൃഷ്ണൻ വൈദ്യുതാഘാതമേറ്റതുപോലെയായി. തന്റെ വസ്ത്രങ്ങൾ ആരോ ഊരിയെടുത്തിരിക്കുന്നു. കട്ടിലിനു താഴെ വെറും തറയിൽ ജാലകത്തോടു ചേർന്ന് നഗ്നനായി താൻ കിടക്കുന്നു. മുറിയാണെങ്കിൽ കുറ്റിയിട്ടിട്ടുമുണ്ട്.

ജാലകം തുറന്നിട്ടിരിക്കുന്നു!

ജാലകം വഴിയാണ് അവൻ വന്നിരിക്കുക.

ആര്?

ആരുമാവാം. ഇത് സദാനന്ദന്റെ പ്രതികാരമാവാം. സംഘമായിട്ടാവാം. ഒരാളായിട്ടാവാം.

അന്ന് പകൽ മുഴുവൻ മുറിയും ചുറ്റുപാടും ഒരു സൂക്ഷ്മപരിശോധനയ്ക്കു വിധേയമാക്കി അനന്തകൃഷ്ണൻ. തൊടിയിലാകമാനം തന്റെ സൂക്ഷ്മദൃക്കുകളുമായി അനന്തകൃഷ്ണൻ അലഞ്ഞു. തൊടിയിൽ ശിശിരകാലമായിരുന്നു. മരങ്ങളിൽനിന്ന് ഇല കൊഴിഞ്ഞുവീണു നിലം മൂടിയിരുന്നു. എന്നിട്ടും അനന്തകൃഷ്ണന്റെ സൂക്ഷ്മബുദ്ധി ചിലതൊക്കെ കണ്ടുപിടിക്കുകതന്നെ ചെയ്തു. ആരൊക്കെയോ ഈ വീട്ടിൽ സ്ഥിരമായി രാത്രിവരുന്നു എന്നതായിരുന്നു അതിലെ ഒന്നാമത്തെ കണ്ടുപിടി

ത്തം. അതിനുള്ള ഒന്നാമത്തെ തെളിവുകൾ നിരവധി. ഇറമ്പത്തെ മരവേലിയുടെ ഒരു വശം അമർന്നുപോയിരിക്കുന്നു. സ്ഥിരമായി കാൽപ്പെരുമാറ്റം ഉണ്ടാകുമ്പോൾ മണ്ണിലുണ്ടാകുന്ന മാറ്റം. ചവിട്ടിയരച്ച സിഗരറ്റു കുറ്റികൾ. എന്തിനേറെ ഘ്രാണശക്തി ജ്വലിപ്പിച്ചെടുത്ത് ചില മണം വരെ കണ്ടുപിടിച്ചു അനന്തകൃഷ്ണൻ.

പിറ്റേന്ന് അനന്തകൃഷ്ണൻ ചില തീരുമാനങ്ങളോടെയാണ് ഉറക്കമെണീറ്റത്. തലേന്നുരാത്രി മുറിക്കകത്തുനിന്ന് സസൂക്ഷ്മം ശ്രദ്ധിക്കുകയായിരുന്നു. അവർ രണ്ടു പേരുണ്ടെന്ന കാര്യവും വ്യക്തമായതാണ്. അതെ, രണ്ടു നിഴലുകൾ. കൂട്ടത്തിലെ ഒരാളെ കൈയോടെ പിടികൂടി ബഹളം വെക്കുക. ഏട്ടന്മാരുടെ വിശ്വാസത്തെ പാടെ തകിടം മറിക്കുക. അവർ ആത്മസുരക്ഷിതത്വത്തിന്മേൽ എത്രമാത്രം അശ്രദ്ധയാണ് വെച്ചു പുലർത്തുന്നതെന്നു ബോധ്യപ്പെടുത്തി അവരെ ലജ്ജിപ്പിക്കുക.

ഇരുൾ മൂടിയ കോലായിൽ അന്ന് അനന്തകൃഷ്ണൻ തന്റെ പായും തലയണയുമായി മലർന്നു കിടന്നു.

അമ്മ നൂറുവട്ടം വിലക്കിയിട്ടും അവൻ കൂട്ടാക്കിയില്ല. ശിശിരകാലത്തെ ജ്വരവാഹിയായ കാറ്റിനെപ്പറ്റിയാണ് അമ്മ നൂറുവട്ടം പറഞ്ഞത്. അനന്തകൃഷ്ണൻ ദൃഢനിശ്ചയബന്ധിതനായി പുറത്തുതന്നെ കിടന്നു.

രാത്രി നീളുകയാണ്

എല്ലാം ഗാഢനിദ്ര പൂകുകയാണ്.

ബോധത്തിന്റെ എല്ലാ വാതിലുകളും അടഞ്ഞടഞ്ഞുപോകുകയാണ്.

എല്ലാം വെളിച്ചങ്ങളും അണഞ്ഞു.

അനന്തകൃഷ്ണൻ ഉണർച്ചയുടെ തണുത്ത ജലപാതയിൽ കാലെടുത്തുവെച്ചു. അകക്കണ്ണുകളിൽ വെളിച്ചം തെളിച്ചു ജാഗരൂകനായി. ഇന്നും അവർ വരും. വരാതിരിക്കില്ല.

അനന്തകൃഷ്ണന്റെ കണക്കുകൾ പിഴയ്ക്കില്ല. ഇതാ മരവേലിയുരയുന്നത് അനന്തകൃഷ്ണൻ കേൾക്കുന്നു. ശിശിരകാലമുറങ്ങുന്ന കരിഞ്ഞ ഇലപ്പടർപ്പുകൾ ഞെരുങ്ങുന്നു. കാലടികൾ. നാലു കാലടികൾ. അനന്തകൃഷ്ണൻ മണ്ണോടുചേർന്നു കാതോർത്തു. ആര് കള്ളം പറഞ്ഞാലും ശിശിരകാലത്തെ കരിയിലകൾ കള്ളം പറയില്ല. ഇതാ വരുന്നു. വരുന്നു. തൊടിയിലെ അശ്രദ്ധമായ നിശ്ശബ്ദതയിലൂടെ ആസൂത്രിതമായ കാൽവെയ്പുകളോടെ നിഗൂഢമായ ലക്ഷ്യപൂർത്തീകരണത്തിനുവേണ്ടി അവർ വരുന്നു. ഇങ്ങ് അടുത്തുവരുന്തോറും അവരുടെ കാൽപ്പാദങ്ങളുടെ ശക്തി, അതിന്റെ ഭാരം, അതിന്റെ വ്യാപ്തി ഒക്കെ വർധിച്ചു വർധിച്ചു വലിയ കുന്നുപോലുള്ള പാദങ്ങളായി വളർന്ന് അവർ വരുന്നു. ഇത്രയൊന്നും പ്രതീക്ഷിച്ചതേയില്ല. അനന്തകൃഷ്ണൻ...

അനന്തകൃഷ്ണന്റെ മരണവാർത്തയറിഞ്ഞ് വിജയരാഘവൻസാറിന്റെ കണ്ണുകൾ നിറഞ്ഞു. അയാൾ തന്റെ കണ്ണടയഴിച്ച് ജൂബായിൽ ചില്ലുകൾ തെരുപ്പിടിച്ച് ദുഃഖം മായ്ച്ചുകൊണ്ടിരുന്നു.

പത്രവാർത്തയും അനന്തകൃഷ്ണന്റെ പടവും കലങ്ങുകയാണ്.

മരണം കൊലപാതകമോ ആത്മഹത്യയോ?

ശ്വാസംമുട്ടിയാണ് അനന്തകൃഷ്ണൻ മരിച്ചത്. കോലായ്ക്കലെ തഴപ്പായിൽ വാശിപിടിച്ചുകിടന്ന അനന്തകൃഷ്ണനെ ശ്വാസംമുട്ടിച്ച് ആരാണ് കൊന്നത്? വിരലടയാളവിദഗ്ധർ പറയുന്നത് ഇതൊരു ആത്മഹത്യയാണെന്നാണ്. പോസ്റ്റുമോർട്ടം റിപ്പോർട്ടിലാകട്ടെ കൊലപാതകവും.

ഒരാൾക്ക് ഒരിക്കലും തന്റെ കഴുത്ത് സ്വയം ഞെരിച്ചു മരിക്കാനാവില്ല എന്നാണ് പോസ്റ്റുമോർട്ടം ചെയ്ത ഡോക്ടർ അലക്സാണ്ടർ തോമസ് പ്രത്യേകം എടുത്തുപറയുന്നത്.

തികച്ചും ഔദ്യോഗികമായ ഒരു റിപ്പോർട്ടിൽ അത്ഭുതത്തിനോ വൈകാരികതയ്ക്കോ ഒരു കോളംപോലുമില്ലല്ലോ എന്ന് ഡോക്ടർ അന്നാദ്യമായി സ്വയം പരിഭവിച്ചു.

(മാതൃഭൂമി ആഴ്ചപ്പതിപ്പ് 1993)

ജോസഫിന്റെ മകൻ

ആകാശത്ത് നക്ഷത്രമേതുമില്ലാത്ത ഒരു രാത്രിയിൽ ഞാൻ വിരുന്നിനു ക്ഷണിക്കപ്പെട്ടു. തികച്ചും തിരസ്കൃതമായ ഒരു ജന്മമായിരുന്നു എന്റേത്. വിരുന്നിൽ എനിക്കുവേണ്ടി സവിശേഷമായ വിഭവങ്ങൾ തയ്യാറാക്കിവെച്ചിട്ടുണ്ടെന്നും അയാൾ അറിയിച്ചു.

കൂരിരുട്ടു നിറഞ്ഞ ആ രാത്രി കറുപ്പുജലം നിറഞ്ഞ കടലിന്റെ അഗാധനിലങ്ങളിലെ ജീവിതത്തെ ഓർമിപ്പിച്ചു. ഇടയ്ക്ക് റേഡിയം രശ്മി പോലെ ചിലതൊക്കെ മനുഷ്യരൂപങ്ങളിൽ അഭിവാദനം ചെയ്തു മിന്നി മറഞ്ഞു. ആത്മാവിന്റെയും ശരീരത്തിന്റെയും വിശപ്പിനാൽ ഞാൻ തളർന്നുപോയിരുന്നു.

ഞാൻ അജ്ഞാതനായ ആ മനുഷ്യനോടു ചോദിച്ചു:

"എവിടെയാണ് സ്നേഹിതാ വിരുന്ന്?"

അയാൾ പറഞ്ഞു:

"നിന്നെ ക്ഷണിക്കാനുള്ള പത്രിക മാത്രമേ എനിക്കു തന്നിട്ടുള്ളൂ. ബാക്കിയൊന്നും എനിക്കറിയില്ല."

അയാൾ കെട്ടുപോയ വിളക്കുപോലെ ഇരുട്ടിൽ അപ്രത്യക്ഷമായി.

ഞാൻ ജീവിതത്തെ ഒരുപാട് സ്നേഹിച്ചിരുന്നു. ഭക്ഷണശാലയിൽ നിന്നും ഉന്തിപ്പുറത്താക്കിയപ്പോൾ സ്വപ്നംകൊണ്ടു ഞാൻ അകത്തു കയറി.

വസ്ത്രമുരിഞ്ഞെന്നെ അപമാനിതരാക്കിയവരോട് ഞാൻ സ്വപ്ന വസ്ത്രമണിഞ്ഞു പ്രതികാരം തീർത്തു. വിളക്കുകൾ ഊതിക്കെടുത്തിയപ്പോൾ കിനാവുകൊണ്ട് വെളിച്ചമുണ്ടാക്കി. പക്ഷേ, ആത്മാവിന്റെ കണ്ണുകളിൽ ഇരുട്ടു തന്നെയായിരുന്നു.

ഈ ലോകത്ത് ഒരാൾ ജീവിച്ചിരിക്കുന്നതെന്തിനാണ്? തന്റെ സഹജീവികളുടെ കല്ലേറുകൊണ്ട് ബോധം നശിക്കാനോ? ഇണകളുടെ കൊടിയ അവഗണനയേറ്റ് ഭ്രാന്ത് പിടിക്കാനോ? പോറ്റിവളർത്തിയ കുഞ്ഞുങ്ങൾ അമ്മമാരുടെ പിറകിലേക്കു ഓടിയൊളിക്കുന്നതു കാണാനോ?

എല്ലാ മനുഷ്യരുടെയും ജീവിതം ഇരുട്ടിന്റെ അനന്തമായ തുടർച്ചയാണ്. ഇടയ്ക്ക് തെളിഞ്ഞുമറയുന്ന വിളക്കുകളും വെളിച്ചങ്ങളും ഇരുട്ടിനെ കൂടുതൽ അന്ധമാക്കിക്കളയുന്നു. ഇങ്ങനെ മിന്നിമറയുന്ന വെളിച്ചത്തിന്റെ ഇടവേളയിൽ ഞാൻ എനിക്കുള്ള ക്ഷണക്കത്ത് വായിക്കാൻ ശ്രമിച്ചു പരാജയപ്പെട്ടു...

ഇപ്പോൾ ഞാൻ വെളിച്ചമൊടുങ്ങാത്ത നഗരത്തിന്റെ വഴികളായ വഴികളിലൊക്കെ അലഞ്ഞുതിരിയുകയാണ്. നഗരവെളിച്ചം ഐസ്കട്ടയെ ഓർമിപ്പിക്കുംവിധം തണുത്തിരുന്നു. വിശപ്പുകൊണ്ടും ക്രോധംകൊണ്ടും നിസ്സഹായതകൊണ്ടും ഞാൻ പറ്റേ തളർന്നിരുന്നു. ഞാൻ ഇടയ്ക്കിടെ എന്നെത്തന്നെ മണപ്പിച്ചു. എവിടെയാണ് എന്നെ നാറുന്നത്? ദിവസങ്ങളായി ധരിച്ച ഈ വസ്ത്രത്തിന്റെ ആത്മാവിനോ നാറ്റം?

ഒടുവിൽ ഞാൻ ക്ഷണിക്കപ്പെട്ട വിരുന്നുശാല കണ്ടുപിടിക്കുകതന്നെ ചെയ്തു.

വിരുന്നുശാലയുടെ പ്രവേശനകവാടത്തിലെ വലിയ ബോർഡിൽ ഇങ്ങനെ എഴുതിവെച്ചിരുന്നു: 'ദൈവസന്നിധിയിലേക്കു സ്വാഗതം.'

പക്ഷേ, കാവൽക്കാർ എന്നെ അകത്തേക്കു കയറ്റിയില്ല. ശാരീരികമായി ബലം പ്രയോഗിക്കുന്നതിനുപകരം വാക്കുകളും യുക്തികളും കൊണ്ട് ബന്ധിക്കുകയാണ് അവർ ചെയ്തത്. അവർ വിദഗ്ധരായ വക്കീലന്മാരെ അനുസ്മരിപ്പിച്ചു. അവർ പറഞ്ഞ ന്യായങ്ങൾ തികച്ചും ശരിയായിരുന്നു. എന്നാൽ അവയിൽ കരങ്ങളിൽ ലോഹമുനകൊണ്ടു കുത്തിയമർത്തുന്ന ന്യായമേ ഉണ്ടായിരുന്നുള്ളൂ. കാരുണ്യമുണ്ടായിരുന്നില്ല. കാരുണ്യമില്ലാത്ത ന്യായം പോലെ മനുഷ്യവിരുദ്ധമായി ലോകത്ത് വേറൊന്നില്ല. അവർ ധാർഷ്ട്യത്തോടെ എന്നെ ചോദ്യം ചെയ്തുകൊണ്ടിരുന്നു.

ആരാണ് നിങ്ങൾ?

എവിടെനിന്നു വരുന്നു?

നിങ്ങളെ ക്ഷണിച്ചത് ആരാണ്?

ഇരുട്ടിൽ മുഖം വ്യക്തമായില്ലെന്നോ?

എന്താണ് തെളിവ്?

ഞാൻ ഗർവിഷ്ഠനായ സർക്കാർ ഗുമസ്തനു മുന്നിലകപ്പെട്ട ഗ്രാമീണനെപ്പോലെ പകച്ചു നിന്നു.

വിശപ്പുകൊണ്ടും ശൈത്യംകൊണ്ടും തളർന്നുപോയിരുന്നു. കുഴിയിലാണ്ട എന്റെ ചുവന്നു മഞ്ഞളിച്ച കണ്ണുകൾ അവരെ ഭയപ്പെടുത്തി. മുഷിഞ്ഞ വസ്ത്രങ്ങൾ അറപ്പുളവാക്കി.

ഞാൻ എന്തൊക്കെയോ വീണ്ടും ദുർബലമായ ശബ്ദത്തിൽ പറയാൻ ശ്രമിച്ചു. ക്ഷമകെട്ട നേരം ഒരാൾ പറഞ്ഞു:

അൽപ്പസമയം പുറത്തുനിൽക്കൂ.

അതു പറയുമ്പോൾ അയാളുടെ സ്വരത്തിൽ ദൈവികമായ ഇത്തിരി ആശങ്കയുണ്ടായിരുന്നു. അതെന്നെ പ്രത്യാശാഭരിതനാക്കി.

വിലകൂടിയ വസ്ത്രങ്ങളും കാറുകളും സുഗന്ധവായുവുമായി ധാരാളം ആളുകൾ വിരുന്നുശാലയിലേക്ക് ആർത്തലച്ചു മദിച്ചുരസിച്ചു കടന്നുപോയി. കാവൽക്കാരിൽ ചിലർ ചില അതിഥികളെ പ്രത്യേകം പരിഗണിച്ചു. അവരുടെ വസ്ത്രങ്ങൾ മനോഹരമാണെന്നു പറഞ്ഞു. അവർക്കില്ലാത്ത ഗുണഗണങ്ങൾ എണ്ണിപ്പറഞ്ഞു. ചെറിയ കഴിവുകളെ പെരുപ്പിച്ചു വാഴ്ത്തി. ലോകം അവർക്കുവേണ്ടി സൃഷ്ടിച്ചതാണെന്നമട്ടിൽ പെരുമാറി.

ഞാൻ സമാധാനിച്ചു.

ലോകം അതായി മാറിക്കൊണ്ടിരിക്കുമ്പോൾ ഒരാളായിട്ടു മാത്രമെന്തിനു മാറിനിൽക്കണം? നുണകളും ഊടുവഴികളും ഒരാൾ തന്റെ സാമർഥ്യമായും ബുദ്ധിവൈഭവമായും തെറ്റിദ്ധരിക്കുന്ന സമുദായത്തിൽ, അയാളും കാലത്തിന്റെ വന്യവും പരിഹാസ്യവുമായ ഒരു ഇര.

പെട്ടെന്ന് അതിഥികളുടെ വരവ് വർധിച്ചു.

പ്രവേശനകവാടത്തിലേക്കു എല്ലാവരും ഒരുമിച്ചു കയറാൻ ശ്രമിച്ചു. എല്ലാവരും ഞാനാണ് വലിയവൻ എന്ന മട്ടിൽ ഇരച്ചുകയറാൻ ശ്രമിച്ചപ്പോൾ കാവൽക്കാർ അസ്വസ്ഥരായി. അതോടെ കാവൽക്കാരിൽ ഒരാൾക്കു കലിയടക്കാൻ കഴിഞ്ഞില്ല.

അയാൾ സർവശക്തിയുമുപയോഗിച്ച് എന്നെ ഒരൊറ്റ തള്ള്!

അകാരണവും അപ്രതീക്ഷിതവുമായ തള്ളിൽ ദുർബലനായ ഞാൻ തെന്നിത്തെറിച്ചുപോയി.

അഴുക്കുവെള്ളം നിറഞ്ഞ ആഴമേറിയ ഒരു കാനയിലേക്കു ഞാൻ ചെന്നു വീണു.

മസ്തിഷ്കത്തെ മാന്തിപ്പറിക്കുന്ന രൂക്ഷമായ ദുർഗന്ധത്തിൽ മുങ്ങി ഞാൻ ബോധക്ഷയനായിക്കൊണ്ടിരുന്നു.

വീണ്ടും ഇരുട്ട് പ്രത്യക്ഷപ്പെടുകയാണ്.

ചെളിയുടെ നിറമുള്ള ഇരുട്ട്.

ഇരുട്ടിൽ, പൂപ്പുഞ്ചിരിയുമായി മാലാഖമാർ പതുങ്ങിയെത്തി. ചിറകില്ലാത്ത ഒരു മനുഷ്യനും കൂട്ടത്തിലുണ്ടായിരുന്നു.

മാലാഖമാർ എന്നെ ദുർഗന്ധജലത്തിൽനിന്നും വാരിയെടുത്തു കൊണ്ടുപോയി പരിചരിച്ചു. സുഗന്ധതൈലം കൊണ്ടു കുളിപ്പിച്ചു.

പരിശുദ്ധമായ പരുത്തിത്തുണികൊണ്ട് ശരീരം തുവർത്തിയെടുക്കുമ്പോൾ മാലാഖമാർ ചിറകില്ലാത്ത മനുഷ്യനുനേരെ തിരിഞ്ഞ് ഒരു കള്ളച്ചിരിയോടെ പറയുന്നതുകേട്ടു:

ജോസഫ്. ഇതു കണ്ടില്ലേ നിന്റെ മകനിപ്പോഴും!

(കുങ്കുമം ഓണപ്പതിപ്പ് 2000)

വേരു ശിൽപ്പം

ഇന്നത്തെ തപാലിൽ നാണുമൂപ്പനു ജർമനിയിൽ നിന്ന് ഒരു കത്തു ണ്ടായിരുന്നു. ജർമനിയും നാണുമൂപ്പനും തമ്മിലുള്ള ബന്ധമെന്തെന്ന് പോസ്റ്റോഫീസിലെ സോർട്ടിങ്ങ് ടേബിളിൽ ഏറെനേരം അമ്പരപ്പുണ്ടാക്കി. Nanu Mooppan എന്ന് അക്ഷരത്തെറ്റു കൂടാതെ കവറിനു പുറത്ത് മോടിയിൽ ടൈപ്പ് ചെയ്തിട്ടുണ്ട്. മ്യൂണിക്കിൽനിന്നാണു കത്തയച്ചിരിക്കുന്നത്.

പോസ്റ്റുമാൻ കത്തു കൊണ്ടുക്കൊടുക്കുമ്പോൾ കുടിലിൽ നാണുമൂപ്പൻ ഉണ്ടായിരുന്നില്ല. പോസ്റ്റുമാൻ നാണുമൂപ്പന്റെ കെട്ടിയോൾ ചിരുതയെ കത്ത് ഏൽപ്പിക്കുമ്പോൾ പ്രത്യേകം ഓർമിപ്പിക്കുകയുണ്ടായി – ജർമനിയിൽനിന്നാണ്! പറഞ്ഞിട്ടെന്തു കാര്യം! ചിരുതയ്ക്ക് ജർമനിയെ അറിയില്ലല്ലോ.

കാൽനൂറ്റാണ്ടോളം പഴക്കമുള്ള ആ ബന്ധത്തിൽ അവർക്കൊരു കുഞ്ഞുണ്ടായിക്കാണാൻ കടലാക്കുംദേവി അവരെ അനുവദിച്ചില്ല. നാണുമൂപ്പൻ ഇപ്പോഴും പ്രത്യാശ കൈവിടാതെ അന്ധവിശ്വാസങ്ങളുടെ എല്ലാ അഡ്രസിലും കാശയച്ചു കളഭവും കടലാസുകുറിപ്പും വരുത്തിക്കുന്നു. ഈ തപാലുരുപ്പടിയും ആ വകയിൽ വല്ലതുമാവുമെന്നേ ചിരുത വിചാരിച്ചുള്ളൂ.

കടൽ പൊട്ടിപ്പൊളിയുംമുമ്പുതന്നെ നാണുമൂപ്പൻ കുടിലിലെത്തി. വർഷകാലമാണ്. ചിരുത കടലാക്കുംദേവിക്ക് ഒരു പാക്കറ്റ് കോയമ്പത്തൂർ ചന്ദനത്തിരി കത്തിച്ചുവച്ചു. ഇറാലിൽ തെളിച്ച തൂക്കുവിളക്ക് കാറ്റിൽ കെട്ടുപോകാതിരിക്കാൻ അകത്തേക്കുവച്ചു. നാണുമൂപ്പനു ചോറുവിളമ്പിക്കൊടുത്തു.

നാണുമൂപ്പൻ വിളക്കിനു മുന്നിലിരുന്നു ചോറു തിന്നു. ചിരുത അതു നോക്കി നിന്നു. കെട്ടിയോൻ ചോറു തിന്നുന്നതു കാണാൻ നല്ല ചേലാണ്. കറിയൊഴിച്ച് ചോറ് ഉരുട്ടിയെടുക്കുമ്പോൾ ആ ശരീരത്തിൽ നിന്നും തുറിച്ച ഞരമ്പുകൾക്കിടയിലൂടെ മസിലുകൾ നാലുപാടും പായും. നാണുമൂപ്പന്റെ മുഖമേ വാടിപ്പോയിട്ടുള്ളൂ. തൊലിയേ ചുളുങ്ങിപ്പോയിട്ടുള്ളൂ. ഈ കുടിലിലേക്കു തന്നെ കെട്ടിക്കൊണ്ടു വരുമ്പോൾ ഇതുപോലെ മസിലുള്ള ഒരു വേരുശിൽപ്പം എണ്ണ മുക്കിത്തിളക്കിയ ചേലിൽ ഈ മൂലയിലെങ്ങോ കണ്ടിരുന്നു. മസിലുപോലുള്ള പുരുഷശരീരത്തിൽ അതിന്റെ മുഖം മൂടപ്പെട്ടിരുന്നു. ആ ശിൽപ്പം പെട്ടെന്ന് ഒരുദിവസം അപ്രത്യക്ഷമാവുകയായിരുന്നു. ചിരുത ആ ശിൽപ്പത്തെപ്പറ്റി സൂചിപ്പിച്ചപ്പോഴൊക്കെ നാണുമൂപ്പൻ ക്ഷോഭിച്ചു.

പെട്ടെന്നാണ് ചിരുതയ്ക്കു നാണുമൂപ്പന് അന്നു വന്ന കത്തിനെപ്പറ്റി ഓർമവന്നത്.

ചിരുത പറഞ്ഞു:

"ഉച്ചയ്ക്കു ശിപായി ഒരു കത്ത് കൊണ്ടുവന്നിരുന്നു. ജാർമനീന്നോ മറ്റോ അയച്ചതാ പോലും."

ജർമനി എന്നു കേട്ടപ്പോൾത്തന്നെ നാണുമൂപ്പന്റെ കൈയിലെ ചോറുരുള പൊള്ളിപ്പിടഞ്ഞു. അത് അയഞ്ഞിളകി പാത്രത്തിലേക്കു തന്നെ വീണു. അയാളുടെ ഞരമ്പുകളുടെ അനക്കങ്ങൾ മുഴുവൻ ഒരു നിമിഷം നിശ്ചലമായിപ്പോയി.

അടുക്കളയിൽ ഓലമടക്കിൽ തിരുകിവച്ച ആ കവർ വലിച്ചെടുക്കുന്നതിനിടയിൽ ചിരുത ആരോടെന്നില്ലാതെ, എന്നാൽ നാണുമൂപ്പനോടായി കുത്തു വർത്തമാനം പറഞ്ഞു:

"എന്തിനാ പൊടിക്കും മന്ത്രത്തിനും ഇങ്ങനെ ഇല്ലാത്ത കാശു കൊണ്ടു പോയി തൊലയ്ക്കുന്നത്?"

ഓലമടക്കിൽനിന്നു കത്തുമെടുത്ത് തിരികെ വന്നപ്പോൾ ചോറ്റുപാത്രത്തിനു മുന്നിൽ തരിച്ചിരിക്കുന്ന നാണുമൂപ്പനെയാണ് ചിരുത കണ്ടത്. നാണുമൂപ്പന്റെ കണ്ണുകൾ നിറഞ്ഞു തുളുമ്പിയിരുന്നു.

ചിരുത തേങ്ങലോടെ നാണുമൂപ്പനെ അടക്കിപ്പിടിച്ചു.

ഞാൻ വെറുതെ പറഞ്ഞതല്ലേ. അപ്പഴേക്കും നിങ്ങളിങ്ങനെ...

ചിരുത നാണുമൂപ്പനെ അടക്കം പിടിച്ചു കരഞ്ഞു.

II

തൂക്കുവിളക്കിന്റെ തിരിതാഴ്ത്തി ചിരുത കിടന്നു. നാണുമൂപ്പൻ അപ്പോഴും ഉറങ്ങിയിരുന്നില്ല. അയാളുടെ കണ്ണുകൾ ശൂന്യതയുടെ മേലാപ്പിൽ തറഞ്ഞു കിടന്നു.

പരന്ന നെഞ്ചിൽ തലചായ്ച്ച് ചിരുത പതുക്കെ പറഞ്ഞു:

"നമ്മക്ക് മക്കളില്ലെങ്കിലെന്താ, കടലാക്കുംദേവിയില്ലേ..."

അയാളെ പിന്നെയും എന്തൊക്കെയോ വാക്കുകൾ പറഞ്ഞാശ്വസിപ്പിച്ച് ചിരുത ഉറങ്ങിപ്പോയി.

ഉറക്കം കിട്ടാത്ത മനസുമായി നാണുമൂപ്പൻ വേറൊരു ലോകത്തിൽ തോലുരിച്ച മൃഗത്തെപ്പോലെ നീറിക്കിടന്നു.

ചിരുതയുടെ കൂർക്കംവലി ഉയർന്നപ്പോൾ അയാൾ പതുക്കെ എഴുന്നേറ്റു. പിന്നെ തൂക്കുവിളക്കിന്റെ തിരികൾ ചെറുതായി ഉയർത്തി വലിയൊരു പാപകർമംപോലെ ജർമനിയിൽനിന്നും വന്ന കവർ പൊളിച്ചു. അതിൽനിന്നു തടിച്ച മിനുസമുള്ള കടലാസ് സൂക്ഷിച്ച് പുറത്തെടുത്തു. അതിൽ ടൈപ്പ് ചെയ്തിരിക്കുന്ന ഇംഗ്ലീഷ് വാക്കുകളിൽ അയാൾ വിറകൈകൾ വെറുതെ പായിച്ചു. ഈ വരികളിലെ അപ്രാപ്യമായ സാരാംശം നാണുമൂപ്പന്റെ അജ്ഞതയിൽ ഭാരം കയറ്റിവെച്ചു.

നാണുമൂപ്പൻ ആശ്വസിച്ചു കൊണ്ടിരുന്നു.

ഇന്നു ശനിയാഴ്ച. രാത്രിവണ്ടിക്കു മാഷ് എത്തിയിട്ടുണ്ടാവും. എത്താതിരിക്കില്ല.

III

നാണുമൂപ്പനെ കണ്ടപാടെ രവീന്ദ്രൻ മാഷ് ചിരിച്ചു.

"എന്താ രാവിലെത്തന്നെ? വല്ല മഠത്തിലേക്കും മണിയോർഡർ ഫോറം പൂരിപ്പിക്കാനാവും അല്ലേ?"

നാണുമൂപ്പൻ വളരെ ബദ്ധപ്പെട്ട് മടക്കിച്ചിരിച്ചു.

"ജർമനീന്ന് കത്ത് വന്നിട്ടുണ്ട്..."

മാഷിന്റെ ചിരി പൊടുന്നനെ കെട്ടുപോയി.

നാണുമൂപ്പന്റെ കൈയിൽനിന്നും ധൃതിയിൽ കവർ വാങ്ങി മാഷ് ചാരുകസേരയിലേക്കു ചാഞ്ഞു.

മാഷ് കത്തു വായിച്ചെടുക്കുന്നതു നോക്കി ഇടവരാന്തയിൽ കത്തുന്ന മനസിനെ അമർത്തിപ്പിടിച്ച് നാണുമൂപ്പൻ നിന്നു. മൂപ്പൻ മാഷിന്റെ മുഖത്തേക്കു തന്നെ ഉറ്റുനോക്കി. അവിടെ കർക്കടാകാശം പരക്കുന്നത് മൂപ്പൻ കണ്ടു.

ഒന്നും പറയാതെ മാഷ് കുറെനേരം നിശ്ചലനായിരുന്നുപോയി.

കത്ത് കവറിലേക്കുതന്നെയിട്ട് മാഷ് പറഞ്ഞു:

"മോൾക്ക് അച്ഛനെ കാണാൻ താൽപര്യമില്ലാത്രേ."

നാണുമൂപ്പന്റെ നെഞ്ചിലൂടെ ഒരു മഴു പാഞ്ഞുപോയത് മാഷറിഞ്ഞു.

മൂപ്പനോടു പറയാൻ പാടില്ലാത്ത വിവർത്തനങ്ങൾ ഇനിയുമുണ്ട്. മൂപ്പനു താങ്ങാനാവാത്ത വിവർത്തനങ്ങൾ.

ഇത്രമേൽ പ്രാകൃതരോ ഇന്ത്യയിലെ മനുഷ്യർ എന്നു മകൾ ചോദിച്ചുപോലും. മകളെ കാണാൻ കൊതിയായി കരച്ചിലു വരുന്ന അച്ഛൻ! ചിരിയടങ്ങാനാവാതെ മകൾ ഇങ്ങനെ പറഞ്ഞതിൽ അൽപ്പം ശരിയു

ണ്ടെന്ന് അമ്മയ്ക്കും തോന്നിയത്രേ. സാൽക്കി പെരേരാ എന്ന അമ്മ മകളുടെ അച്ഛനെഴുതുന്നു.

നാണുമൂപ്പൻ എന്ന മനുഷ്യൻ തനിക്കു കൈമോശം വന്നുപോയ പിതൃത്വത്തിന്റെ വേദനയിൽ കടലുകൾക്കിപ്പുറം ഓർമയുടെ കനലിൽ വീണു പിടയുന്നു. മൂപ്പൻ എന്ന പ്രാകൃതൻ.

മൂപ്പൻ കൊച്ചുകുട്ടിയായി നിന്നു തേങ്ങുന്നതും മുണ്ടിന്റെ കോന്തലകൊണ്ടു കണ്ണുനീർ വലിച്ചെടുക്കുന്നതും മാഷ് കാണുകയാണ്.

"പിന്നെയൊന്നും എഴുതിയില്ലേ മാഷേ?"

സുഖവിവരങ്ങൾ. ഔപചാരിക വാക്കുകൾ:

"മോൾ മ്യൂണിക്കിൽനിന്നും തന്റെ ശിൽപ്പഗാലറി വീമറിലേക്കു മാറിയെന്നും പിന്നെ മോളും മനോഹരമായി ശിൽപ്പമുണ്ടാക്കുമെന്നും ജർമനിയിലെ യുവശിൽപ്പികളിൽ ഏറ്റവും പ്രസിദ്ധയാണെന്നും."

നാണുമൂപ്പന്റെ കണ്ണുനീരിൽ അഭിമാനത്തിന്റെ തിരി തിളങ്ങി.

ഇരുപതിനായിരം ഉറുപ്പിക വില വരുന്ന ഒരു ഡ്രാഫ്റ്റ് ഉടനെ അയക്കുന്നുണ്ടെന്നും.

–മേലിൽ ഇതു സംബന്ധിച്ച് യാതൊരുവിധ കത്തിടപാടുകളും പാടില്ലെന്ന അവസാന താക്കീതും. അതുപക്ഷേ, മാഷ് പുഴ്ത്തിവച്ചുകളഞ്ഞു.

"മോള് കാണാൻ താൽപ്പര്യമില്ലാന്ന് തറപ്പിച്ചുതന്നെയാണോ പറഞ്ഞിരിക്ക്യാ?"

അവിടെ നമ്മുടെതുപോലെ പതറിപ്പറയലില്ല മൂപ്പാ.

പക്ഷേ മാഷ് പറഞ്ഞതിങ്ങനെ;

"സമാധാനിക്ക് മൂപ്പാ, എന്തൊക്കെയായാലും സ്വന്തം ചോരയല്ലേ? എന്നെങ്കിലും വരാതിരിക്കാനാവ്വോ?"

– ഒരു കൗതുകത്തിനെങ്കിലും എന്നുകൂടി കൂട്ടിച്ചേർക്കണമെന്നുണ്ടായിരുന്നു. പക്ഷേ, മൂപ്പനു മുറിഞ്ഞെങ്കിലോ?

ഏറെ നേരത്തെ മൗനത്തിനുശേഷം മൂപ്പൻ ഒരു സ്വകാര്യം പോലെ ചോദിച്ചു:

"ഇരുപതിനായിരം രൂപകൊണ്ട് ജർമനീ പോയിവരാമ്പറ്റ്വോ മാഷേ?"

രവീന്ദ്രൻമാഷ് മൂപ്പന്റെ കിതപ്പ് കെട്ടിമുറുക്കിയ ചുമലിൽ പതുക്കെ തൊട്ടു.

"അദൊന്നും നമ്മക്ക് കഴീണ കാര്യല്ല നാണുമൂപ്പാ."

നാണുമൂപ്പൻ കടലിലേക്കു നോക്കി.

"ഈ കടലിൽ നേരെ തോണി തുഴഞ്ഞാൽ ജർമനിയിലെ എന്റെ മോളെക്കാണാൻ പറ്റ്വോ?"

– അയാളുടെ കണ്ണുകൾ ഇങ്ങനെ ചോദിക്കുന്നതായി മാഷിനു തോന്നി.

IV

നീണ്ട ഒരു മഴയ്ക്കുശേഷം കടലാകാശം വീണ്ടും മ്ലാനമാവാൻ തുടങ്ങി.

ഒഴിഞ്ഞ കടപ്പുറത്ത് അധികപ്പറ്റായ വികാരംപോലെ നാണുമൂപ്പൻ ഇരുന്നു.

ഈ ഭൂമിയിൽ നിന്ന് എല്ലാവരും തന്നെ നിരാകരിച്ചത് അയാൾ ശരിക്കുമറിഞ്ഞു.

നാണുമൂപ്പന്റെ മനസായി വിക്ഷുബ്ധമായ ഒരു തിര വന്നു പൊളിഞ്ഞു.

അയാൾക്കു തളർച്ച തോന്നി.

കരുത്തിൽനിന്നും തളർച്ചയിലേക്ക് നാണുമൂപ്പൻ മലർന്നു കിടന്നു. മഴ നേരിയ തുള്ളികളായി പെയ്യുന്നതൊന്നും അയാൾ അറിയുന്നില്ല. അയാളുടെ മനസിൽ വേരുകൾ കടിച്ചുപറിക്കുകയാണ്. പരമ്പരാഗത വേരുശിൽപ്പങ്ങളെക്കുറിച്ചു പഠിക്കാനാണ് പത്തിരുപത്തിയാറു വർഷം മുമ്പ് സാൽക്കിപെരേര എന്ന ജർമൻകാരി ഈ കടപ്പുറത്തേക്കു വരുന്നത്. ഒരു നീണ്ട ക്യാമറയും ഭാരം തൂങ്ങിയ സഞ്ചിയുമായി അവൾ നാണുമൂപ്പനെ തേടി വരികയായിരുന്നു. കടപ്പുറത്ത് അടിഞ്ഞുകൂടിയ വേരുകളെടുത്ത് അച്ഛൻ ഒരു രസത്തിനു വേണ്ടിയാണു ശിൽപ്പങ്ങളുണ്ടാക്കിത്തുടങ്ങിയത്. അമ്മ ഇതിന്റെ പേരിൽ അച്ഛനെ ചീത്തപറയുമായിരുന്നു. ശാന്തമായ ഒരു ഇളംചിരിയോടെ അച്ഛനെല്ലാം കേട്ടിരിക്കും. അമ്മയോടുള്ള വാശികൂടിയുണ്ട് വേരുകൾകൊണ്ട് ശിൽപ്പമുണ്ടാക്കിത്തുടങ്ങിയതിനു പിന്നിൽ.

നാണു ഉണ്ടാക്കിയ ശിൽപ്പങ്ങൾ കണ്ട് സാൽക്കി കണ്ണുതുറിച്ചുപോയി. ശിൽപ്പത്തിൽ കടഞ്ഞെടുത്ത പൗരുഷം അവളെ വിജൃംഭിച്ചുകളഞ്ഞു.

അവൾ ആവേശത്തോടെ ഗൈഡിന്റെ ചുമലിൽ പിടിച്ചു പാടി.

മാർവലസ് നോക്കൂ, ഈ നാണുവിന്റെ മസിലിൽനിന്നാണ് ശിൽപ്പത്തിലേക്കു രൂപം കടന്നുകയറിയത്. ഇയാളുടെ ഒതുങ്ങിയ അരക്കെട്ടിന്റെ രൂപം തന്നെ ശിൽപ്പത്തിനും.

നാണു ഇംഗ്ലീഷ് മനസിലാവാതെ തരിച്ചുനിന്നു. അവൾ വിവിധ ആംഗിളുകളിൽ ശിൽപ്പങ്ങളുടെ ഫോട്ടോ എടുത്തു.

നാണുവിനോട് എന്തോ ഓർത്തിട്ടെന്നവണ്ണം അവൾ ചോദിച്ചു:

"You know English?"

ഒന്നും മനസിലാവാതെ മിഴിച്ചു നോക്കുന്ന നാണുവിനെ നോക്കി ഗൈഡ് സഹതാപത്തോടെ ചിരിച്ചു;

"ഇവന് ഇംഗ്ലീഷ് പോയിട്ട് മലയാളം തന്നെ അറിയില്ല..."

സാൽക്കി പറഞ്ഞു:

"വെരിഗുഡ്, എനിക്കിവന്റെ ശിൽപ്പങ്ങളെ വേണം. പിന്നെ ഇവനെയും."

ഗൈഡിന്റെ മുഖം അസൂയയിൽ വാടി. എങ്കിലും അയാൾ ചിരിച്ചു.

“എന്താ ഇവനെ ജർമനിയിൽ കൊണ്ടുപോകാൻ പരിപാടിയുണ്ടോ?”

അവൾ ഗൂഢമായി ചിരിച്ചു.

“അതെ, ഇവന്റെ കഴിവിനെ.”

ഗൈഡിന് അതിന്റെ സാരാംശമൊന്നും ഗ്രഹിക്കാനുള്ള ബുദ്ധിയില്ലല്ലോ. നാണുവിനെ അവൾ താമസിക്കുന്ന ഹോട്ടൽമുറിയിൽ കൊണ്ടുപോയി. സാൽക്കി മസിലിൽ പുളഞ്ഞു കളിക്കുന്ന അവന്റെ വേരുശിൽപ്പങ്ങളെ നോക്കി. അവയിൽ കൗതുകത്തോടെ കൈയമർത്തി.

സാൽക്കി വിയർപ്പിൽക്കുളിച്ച അവന്റെ നെറ്റിയിൽ നന്ദിപൂർവം ഉമ്മ വച്ചപ്പോൾ നാണു എന്ന ഗ്രാമീണൻ ആംഗ്യഭാഷയിൽ വേവലാതിയോടെ ചോദിച്ചു:

“സാൽക്കീ, നിനക്കു ഗർഭമായിപ്പോകില്ലേ? നിന്റെ ആങ്ങള നിന്നെ കൊടുവാളുകൊണ്ടു വെട്ടിക്കൊല്ലില്ലേ? നിന്നെ വീട്ടുകാർ അടിച്ചു പുറത്താക്കില്ലേ? അപമാനഭാരം സഹിക്കാനാവാതെ നിനക്ക് പൊട്ടക്കിണറ്റിൽ ചാടി ആത്മഹത്യ ചെയ്യേണ്ടിവരില്ലേ?”

സാൽക്കി തന്റെ മെലിഞ്ഞ നീണ്ട ഉടൽ വലിഞ്ഞുമുറുകുവോളം പൊട്ടിച്ചിരിച്ചു. ചിരിച്ചു ചിരിച്ചു അവൾക്കു ശ്വാസം മുട്ടി.

ഒന്നുരണ്ട് മാസത്തിനകം അവൾ ജർമനിയിലേക്കു പറന്നു.

–യാത്രപോലും ചോദിക്കാതെ.

നാണു പ്രണയവേദനയിൽ അക്കാലങ്ങളിൽ ഈ കടപ്പുറത്തുകൂടി ഊണും ഉറക്കവുമില്ലാതെ ആർത്തുകരഞ്ഞലഞ്ഞു.

രണ്ടുമൂന്നു വർഷത്തിനുശേഷമാണ് ഒരിടിമുഴക്കംപോലെ ആ കത്ത് ജർമനിയിൽ നിന്നു വന്നത്.

ആയിരം രൂപയുടെ ഡ്രാഫ്റ്റും കത്തും.

“നാണു, വളരെ നന്ദിയുണ്ട്. നിന്റെ വേരുശിൽപ്പങ്ങൾക്കും നിന്റെ ബീജത്തിനും. മോൾ മിടുക്കിയാണ്. നിന്റെ അതേ മൂക്കും കണ്ണും. നിറം, പക്ഷേ കലർന്നിട്ടില്ല. ഭാഗ്യം, ശിൽപ്പങ്ങൾ കാണുകയേ വേണ്ടൂ. അവളുടെ കരച്ചിലടങ്ങും..’

നാണുവിന്റെ മനസിൽനിന്നും പിതൃത്വത്തിന്റെ ഒരു കടലിരമ്പി. അയാൾക്കു സന്തോഷവും കരച്ചിലും വന്നു. ഇതുപോലൊരു വർഷകാലത്താണത്. പൊട്ടിയ കടലുപോലെ അയാൾ സന്തോഷത്തിനും സന്താപത്തിനുമിടയിൽ ഒറ്റയ്ക്കിരുന്നു കരഞ്ഞു. കടലിന്റെ ഭീകരമായ മുഴക്കത്തിനുള്ളിൽ അതു നിക്ഷേപിക്കപ്പെട്ടു.

മാഷിന്റെ സഹായത്തോടെ അയാൾ സാൽക്കി പെരേരയ്ക്കു കത്തുകൾ അയച്ചു. നമ്മുടെ മോൾക്ക് എന്താണ് പേരിട്ടത്? മോൾടെ ഒരു ഫോട്ടോ അയച്ചു തരുമോ? അവളെ എഴുത്തിനിരുത്തിയോ? അവൾ ഇപ്പോൾ എത്രാം ക്ലാസിലാണ്? അവൾ അമ്പിളിമാമനെ കാണിച്ച് കൊടുക്കാൻ ശാഠ്യംപിടിക്കാറുണ്ടോ? അച്ഛനെ കാണണമെന്നു പറഞ്ഞ് കരയാറുണ്ടോ?

കത്തുകൾ വായിച്ച സാൽക്കി പെരേര ഒന്നും മനസിലാവാതെ ഒരു നിമിഷം നിന്നുപോയിരിക്കണം. ഇതെന്തൊക്കെയാണ് എഴുതിയിരിക്കുന്നതെന്ന് അമ്പരന്നുപോയിരിക്കണം. ആ ചുണ്ടിൽ തമാശയുടെ ഒരു നെടുനീളൻ ചിരി അലസമായി വിരിഞ്ഞിരിക്കണം.

നാണുമൂപ്പൻ അയച്ച കത്തുകൾക്ക് ഒന്നിനും മറുപടി വന്നില്ല.

അയാളുടെ നെഞ്ചിൽ പിതൃത്വത്തിന്റെ സ്നേഹവാത്സല്യങ്ങൾ ചുരത്താനാവാതെ കല്ലിച്ചു. അതു വേദനയായി പഴുത്തു. അതിന്റെ മൂർധന്യത്തിലാണു വേരുകളും ശിൽപ്പങ്ങളും അയാൾ കടലിലെറിഞ്ഞു കളഞ്ഞത്. ഒരു പാഴ്വേരുപോലും. വികലശിൽപ്പംപോലും - അയാൾക്കു സഹിക്കാൻ കഴിയുന്നതിലപ്പുറമായിരുന്നു. ഓർമയുടെ തീ എന്നിട്ടും കെട്ടില്ല. നാണു മൂപ്പൻ തന്റെ മകളെ പലപ്പോഴായി സ്വപ്നം കണ്ടു. അവൾ അപ്പോഴൊക്കെ യുക്തിപൂർവം വളർന്നിരുന്നു. അച്ഛന്റെ കൈപിടിച്ച്, നീലപ്പൂക്കളുള്ള വെള്ള ഫ്രോക്കിട്ട് ആ കടപ്പുറത്തുകൂടി നാണുമൂപ്പന്റെ മോൾ നടന്നു. അവൾക്ക് അയാൾ കൊത്തംകല്ലു കളിക്കാൻ മിനുസമാർന്ന കല്ലുകൾ കൊണ്ടുകൊടുത്തു. സ്ലേറ്റിലെ കലകൾ മായ്ക്കാൻ കുന്തൻമീനിന്റെ തോടുകൾ കൊണ്ടുകൊടുത്തു. എല്ലാ വിശേഷദിവസങ്ങളിലും മോൾക്ക് ഉടുപ്പുകൾവാങ്ങി. എത്രയോ രാത്രികളിൽ മൂപ്പന്റെ മോൾ അച്ഛന്റെ വിരിഞ്ഞ നെഞ്ചിൽ കിടന്നുറങ്ങി...

മഴയും കടലും കനത്തപ്പോൾ നാണുമൂപ്പൻ എഴുന്നേറ്റു.

V

തിങ്കളാഴ്ച

പതിവുപോലെ രവീന്ദ്രൻമാഷ് അതികാലത്തെഴുന്നേറ്റു കുളിച്ചു. പല്ലുതേച്ചു. ജോലിസ്ഥലത്തേക്കുള്ള സാധനങ്ങൾ ബാഗിലാക്കി തലേന്നുതന്നെ വച്ചിരുന്നു. പുലർച്ചയുടെ അവസാനയാമത്തിലാണു വണ്ടി. ആ ധൃതിക്കിടയിലാണ് മുറ്റത്ത് ഒരു നിഴലനക്കം കണ്ടത്.

– നാണുമൂപ്പൻ.

“എന്താ മൂപ്പാ, ഈ പൊലർച്ചയ്ക്ക്?”

“നമുക്ക് ജർമനീല്ക്ക് ഒരു കത്തെഴുതണം മാഷേ..”

രവീന്ദ്രൻമാഷ്ക്ക് ആദ്യം ശരിക്കും അരിശമാണു തോന്നിയത്.

വെളിച്ചത്തിൽ അയാളുടെ അശാന്തമായ മനസ്സു കണ്ടു മാഷ്.

“ജർമനീല്ക്ക് എന്തു വിവരമാ എഴുതാനുള്ളത് മൂപ്പാ?”

“സാൽക്കിക്കുള്ള കത്തില് മോൾക്കു കൊടുക്കാൻ ഒരു കത്തെഴുതി പ്രത്യേകം കവറിലാക്കിയാ മതി.”

മുമ്പൊക്കെ ചെയ്യാറുള്ളതുപോലെ പ്രധാന പോയിന്റുകൾ കുറിച്ചെടുക്കാൻ മാഷ് കടലാസും പേനയും തപ്പി.

മോൾക്കുള്ള വരികൾ നാണുമൂപ്പന്റെ കണ്ണുകളിൽനിന്ന് അടർന്നുവീണു. അയാൾക്കു തേങ്ങലടക്കാനേ കഴിഞ്ഞില്ല.

കണ്ണുകൾ അമർത്തിത്തുടച്ച് ശബ്ദത്തിന്റെ ഇടർച്ചയെ അതിജീവിച്ച് നാണുമൂപ്പൻ പറഞ്ഞു:

എഴുതിക്കോ മാഷേ.

–ന്റെ പൊന്നു പൈതലേ... ഈ അച്ഛന് സഹിക്കാൻ പറ്റാഞ്ഞിട്ടാ. കരള് പൊട്ടിപ്പോകുന്ന് തോന്നിട്ടാ.. ഈ അച്ഛന് മോൾടെ ഒരു ഫോട്ടോ വെങ്കിലും..."

പിന്നെയും മൂപ്പൻ പലതും പറഞ്ഞു. കണ്ണീരും വാക്കും കുഴഞ്ഞ് ഗ്രാമീണമായ ഒരീണമായി അതു മാറി.

ഓടിക്കൊണ്ടിരിക്കുന്ന വണ്ടിയിലിരുന്ന് മാഷ് ചിന്തിച്ചു:

ഈശ്വരാ, ഇതെങ്ങനെയാണ് ഞാൻ ഇംഗ്ലീഷിലേക്ക് വിവർത്തനം ചെയ്യുക?...

(കലാകൗമുദി 1993)

റോത്മാൻസിന്റെ ചാരം

റെയിൽവേ സ്റ്റേഷനിലെത്തുമ്പോഴേക്കും വണ്ടി പൊയ്ക്കഴിഞ്ഞിരുന്നു. എന്തുചെയ്യണമെന്നറിയാതെ ഒരു നിമിഷം നിന്നു. ഇന്നു വണ്ടി നേരത്തെയാണ്. ഞാനൽപ്പം വൈകി. കൃത്യനേരത്തു വന്നപ്പോഴൊക്കെ വണ്ടി അതിന്റെ പരമാവധിയിൽ വൈകിയിരുന്നു. ജീവിതം പെരുമാറിക്കൊണ്ടിരിക്കുന്നത് എപ്പോഴും ഇങ്ങനെത്തന്നെയാണല്ലോ. ഒട്ടും അത്ഭുതം തോന്നിയില്ല.

ചുമലിൽ തൂക്കിയ കറുത്ത ബാഗ് അതിന്റെ ഭാരംകൊണ്ട് ഞെരുങ്ങി. ഏതു നിമിഷമാണ് പൊട്ടിപ്പോവുകയെന്നറിയില്ല. ഈ ബാഗിൽ എന്താണ്? അറിയില്ലല്ലോ.

സ്റ്റേഷനും കഴിഞ്ഞ് അങ്ങാടിയിലെത്തിയപ്പോൾ ആൾക്കൂട്ടത്തിനു നടുവിൽ ഒട്ടും ചേരാത്ത വേഷം ധരിച്ചതുപോലെ പരുങ്ങി. ഉള്ളിലിപ്പോഴും കുഞ്ഞ് കരഞ്ഞുകൊണ്ടിരിക്കുകയാണ്. അപമാനിക്കപ്പെടാൻ മാത്രം വിധിക്കപ്പെട്ട കുഞ്ഞ് തിരിച്ചുപോകണോ?

ഉണങ്ങിപ്പോയ ഈ നഗരം എന്റെ ജന്മരേഖയുടെ വലിയ പിഴയാണ്. ഒന്നും ആരുടെയും കൈയിലല്ല. ഞാൻ നിങ്ങളെക്കാൾ സാമർഥ്യം കുറഞ്ഞവനല്ല. നോക്കൂ, ഇങ്ങനെ റോത്മാൻസിന്റെ ചാരം മുഖത്തേക്കു തട്ടിത്തെറിപ്പിക്കാതെ.

നിറം മങ്ങിയ ചുമരിനോടടുപ്പിച്ചിട്ടു കൊടുത്ത മെഴുകുകസേരയിൽ കാലിന്മേൽ കാൽവെച്ച് റോത്മാൻസിൽ നിന്നു ചാരം തെറിപ്പിക്കുന്നു.

"ഇപ്പോൾ നീ എന്തു ചെയ്യുന്നു? പണിയൊന്നും ഇല്ലേ?"

"ആ പഴയ പണിതന്നെ."

"എന്തു കിട്ടും?"

പരിഹസരത്തിന്റെ ചാരം കുടഞ്ഞെറിയുന്നു.

“മാസത്തിൽ കുറച്ചുദിവസത്തെ പണിയാണ്.”

“നിന്റെ കുട്ടിക്കൊക്കെ എങ്ങനെ?”

“ഒരു വിധം സുഖം തന്നെ.”

‘‘ഇപ്പഴും ഈ സാഹിത്യവും കദയെഴുത്തും തന്നെല്ലേ?’’ റോത്മാൻസ് (ഇപ്പോൾ കുറഞ്ഞു. പിന്നാമ്പുറം കണ്ട ഞെട്ടലാണ്. മാറിക്കോളും)

“എന്റെ മോൾടെ ഒരു ഫോട്ടെയെടുത്ത്, നിന്റെ മാസികേലൊക്കെ കൊടുക്ക്.”

കുഴിയിലാണ്ടുപോയ ഉമ്മയുടെ കണ്ണുകൾ നിഷ്കളങ്കമായി തിളങ്ങി.

“ജബ്ബാറേ, നിന്റെ മോക്കിത് മൂന്നു വയസ്സല്ലേ?”

റോത് മാൻസിന്റെ ചാരം കുടയുന്നു. അലക്ഷ്യമായി മൂളൽ.

“ഒരു കദയെഴ്ത്യാ ന്ത് കിട്ടും?”

വീടുനിറയെ ഇരുട്ടായിരുന്നു. ഉമ്മയുടെ തിളക്കം നഷ്ടപ്പെട്ട കണ്ണുകൾപോലെ.

ജബ്ബാറെ നീയിതു ചെയ്യാൻ പാടില്ലായിരുന്നു. നിന്റെ റോത്മാൻസിന്റെ ചാരം എന്റെ മുഖത്തേക്കു ഇങ്ങനെ കുടഞ്ഞെറിയാൻ നിനക്കെങ്ങനെ തോന്നി? നമ്മളൊരുമിച്ച് പട്ടിണികിടന്നവരായിരുന്നു. മരമില്ലിൽ ചാപ്പയടിച്ച് കൈനിറയെ പച്ചമഷി പുരണ്ട് സ്പൂണിൽ ചോറുവാരിത്തിന്നവരായിരുന്നു. മുസാക്കാന്റെ മൂരിവണ്ടിയിൽ രണ്ടരരൂപയ്ക്ക് നാറുന്ന മരത്തോൽ കയറ്റി ക്ഷീണിച്ചവരായിരുന്നു. വിശപ്പ് സഹിക്കാനാവാതെ ഹോട്ടലിനകത്തു കട്ടുകയറി മൈദ വാരിത്തിന്ന് വെള്ളം കുടിച്ചവരായിരുന്നു. ജബ്ബാറേ, നീയെങ്ങനെയൊരു റോത്മാൻസായി?

നമ്മുടെ വീടിനകത്തെന്നും ഇരുട്ടായിരുന്നല്ലോ ജബ്ബാർ? അതിനകത്തെ മനുഷ്യർക്കൊക്കെ വിശപ്പും കലിയുമായിരുന്നല്ലോ...? നീ ഓർക്കുന്നുണ്ടോ ചാണകം മെഴുകിയ നിലത്ത് നീട്ടിയ നിന്റെ കാലുകളിൽ നിറയെ ചെള്ളു പൊതിഞ്ഞു കടിച്ച് കണ്ണുകുത്തിപ്പൊട്ടിച്ച രാത്രികൾ/ അദ്രീം ക്കാന്റെ ഹോട്ടലിൽ നിന്നു തലേന്നത്തെ എണ്ണകാറുന്ന പലഹാരം പാതിവില കൊടുത്തു നമ്മൾ തിന്നു മടുത്തത്?

സിനിമാതിയറ്ററിൽ ഇന്റർവെല്ലിനു ശേഷം നമ്മൾ കട്ടുകയറിയതും പിടിക്കപ്പെട്ട് നീ കരഞ്ഞതും ഞാൻ കരയാതിരുന്നതും മറന്നുവോ? ടിക്കറ്റുവെച്ച ഫുട്ബോൾ മത്സരം കാണാൻ നമ്മൾ റെയിൽവേ സിഗ്നൽ തൂങ്ങിനിന്ന ദരിദ്രബാല്യത്തിന്റെ കീറക്കുപ്പായം ഉമ്മ തുന്നിയുണ്ടാക്കിയ തലയണയ്ക്കകത്ത് ഇപ്പോഴും ഉണ്ട് ജബ്ബാർ.

“എന്റെ മോൾടെ ഒരു ഫോട്ടോയെടുത്ത് നിന്റെ മാസികയിലൊക്കെ കൊടുക്ക്.”

“ഒരു കദയെഴുതിയാ ന്ത് കിട്ടും?”

ഒരു കഥയെഴുതിയാൽ കിട്ടുന്നത് വേദന. കഥ കൊണ്ടുനടക്കുമ്പോഴും കൊണ്ടുപോയികൊടുത്താലും. എന്റെ കഥയിലെ സത്യങ്ങൾക്കു

പാണ്ഡിത്യമില്ല. പാണ്ഡിത്യത്തിന്റെ നാട്ടിൽ പട്ടാളഭരണം. എന്റെ മുറിവുകൾ പൊത്തിക്കരയുമ്പോൾ നിങ്ങൾക്കതലോസരം. പോയി പിന്നിൽ നിൽക്ക്.

"ഒരു കദയെഴ്ത്യാ ന്ത് കിട്ടും?"

"എന്റെ മോൾടെ ഒരു ഫോട്ടോയെടുത്ത് നിന്റെ മാസികയിലൊക്കെ കൊടുക്ക്."

വിമാനം കയറി ഓരോ വരവ് വന്നപ്പോഴും നീ എനിക്കായി കൂർത്ത കുരിശു കൊണ്ടുവന്നു. വാക്കുകളുടെ ആണിയടിച്ച് നീ ചിരിച്ചു. എവിടെയോ മുഖമടച്ചു വീണു തോറ്റവനായിരുന്നല്ലോ ഞാൻ. നമ്മൾ ബുദ്ധി കൊണ്ടു തുല്യരായിരുന്നെങ്കിലും സ്വപ്നം കൊണ്ട് വ്യത്യസ്തമായിരുന്നല്ലോ. നീ കഥകളൊക്കെ യാഥാർഥ്യമാക്കി. എന്റെ കഥകളൊക്കെ കടലാസിൽമാത്രം ഒതുങ്ങിപ്പോയി. നീ വലിച്ചുപുകയ്ക്കുന്ന റോത്മാൻസിന്റെ പൊതിയും എന്റെ കഥയും ഒരേ സ്ഥലത്തും നിർമിക്കുന്നു.

"നിന്റെ കുട്ടികൾക്കൊക്കെ എങ്ങനെ?"

"നിനക്കൊന്ന് അങ്ങോട്ടൊക്കെ വന്നൂടേ? അതിനു നിനക്കെപ്പഴും തിരക്കല്ലേ?"

ഇറച്ചിയില്ലാത്ത ബിരിയാണിയുടെ ചൂട്... കൈ പൊള്ളുന്നു.. നീ വിമാനം വഴിവന്ന് തിരിച്ചുപോകും മുമ്പ് ഒരു നേർച്ച ദിവസം. യാത്ര പറയാൻ വന്ന എനിക്കു നിന്റെ ഭാര്യ അടുക്കളച്ചായ്പിൽ വിളമ്പിത്തന്ന ബിരിയാണിയിൽ ഇറച്ചിയുണ്ടായിരുന്നില്ല ജബ്ബാർ. ഞാനത് കണ്ണീര് കൂട്ടി തിന്നുതീർത്തു. ഇതു ഞാൻ തിന്നുതീർക്കാനുള്ള അപമാനത്തിന്റെ ഒടുങ്ങാത്ത പിഴ. ചൂടോടെ തിന്നു. കൈയും വയറും പൊള്ളിപ്പോയി. പഴുപ്പിപ്പോഴും ബാക്കിയുണ്ട്. ഞാനെങ്ങനെ നിന്റെ കുട്ടികളെ കാണാൻ വരും? നിന്റെ ഭാര്യ ഈ ദരിദ്രനു മുന്നിൽ നിഗൂഢമായി ഇറച്ചി മാറ്റിവെച്ച ബിരിയാണി തന്നാൽ ഞാനതു തിന്നേണ്ടിവരില്ലേ? കോലായിൽ റോത്മാൻസും പുകച്ചിരിക്കുന്ന നീയതു കാണില്ലല്ലോ. എനിക്കതു പറയാനാവില്ലല്ലോ. എഴുതുമ്പോൾ മാത്രം ശബ്ദിക്കുന്ന എന്റെ അക്ഷരങ്ങൾ എപ്പോഴും തൊണ്ടക്കുഴിയിൽ നുറുങ്ങിപ്പൊട്ടിയ നിലയിലായിരുന്നല്ലോ. നിനക്കറിയാമല്ലോ, സിനിമാ തിയറ്ററിൽ നിന്നു ശിക്ഷിക്കപ്പെട്ട ആ ബാല്യത്തിൽപോലും ഞാൻ കരഞ്ഞിരുന്നില്ലല്ലോ.

ഈ ഇരുട്ട് മുറ്റിയ വീടുവിട്ട് നീ പുതിയ പടവുകൾ കയറി. ഇരുനിലമാളികയും പറമ്പും ഫോണും വെച്ചു. നീ കടൽ കടന്നപ്പോഴും ഗൂഢമായി സ്വപ്നം കണ്ടു: എന്നെയും നീ ഈ ഇരുട്ടുപിടിച്ച വീട്ടിൽനിന്നു കരകയറ്റുമെന്ന്. നിന്നെ ഇങ്ങനെ ആക്കിത്തീർത്തത് റോത്മാൻസാണ്. നീ അതിന്റെ ചാരം തട്ടി വിദൂരങ്ങളിലേക്കു നോക്കി പരിഹസിക്കുന്നു:

"ഒരു കദയെഴ്ത്യാ ന്ത് കിട്ടും?"

ഇത്തവണയും നീ ഏറെ കുരിശാണികൾ കൊണ്ടുവന്നു. അതൊക്കെ ഞാൻ കേട്ടുനിന്നു. എന്റെ കറുത്ത ബാഗ് അക്ഷമ കാട്ടി: "പോകണ്ടേ? നിന്റെ വണ്ടി."

ഞാൻ ബാഗിനോടു പറഞ്ഞു: “അൽപ്പംകൂടി ക്ഷമിക്കൂ. ഇനിയും നാലഞ്ചാണികൾ കൂടി എന്റെ ഹൃദയത്തിൽ തറയ്ക്കപ്പെടാനുണ്ട്.”

ബാഗു ചോദിക്കുന്നു:

“ഇപ്പഴെന്തായി? വണ്ടി പോയില്ലേ?”

സാരമില്ല. നീയെനിക്ക് കൂട്ടുണ്ടല്ലോ. കിടന്നുറങ്ങുമ്പോൾ തലയ്ക്കു വെക്കാനും ഇരുന്നു തളരുമ്പോൾ ഒരു കൈത്താങ്ങിനും.

ഇതൊക്കെ മതിയോ?

ഞാനെന്തു പറയാൻ?

(ചന്ദ്രിക ആഴ്ചപ്പതിപ്പ് 1997)

ജന്തു

രാത്രി വളരെ വൈകിയിരുന്നു.

അയാളെയും കാത്ത് ഭാര്യ തളർന്നുറങ്ങുകയായിരുന്നു. ബാങ്കിൽ കണക്കുകളോടു മല്ലിട്ട പകൽ അവളെ തളർത്തിക്കളഞ്ഞിരിക്കുന്നു. കൂടാതെ ഗർഭാലസ്യവും.

അയാൾ സ്കൂട്ടർ ഷെഡ്ഡിലേക്കെടുത്ത് ലൈറ്റ് ഓഫ് ചെയ്ത് സ്റ്റാൻഡിൽ കയറ്റി വെച്ചു.

പിന്നെ റ്റൂവേ കീയെടുത്ത് തിരിച്ച് അകത്തേക്കു കടന്നു.

പുറത്തു കെട്ടുതീരാറായ നിലാവ്. അത് ജാലകച്ചില്ലും കടന്ന് അവളുടെ തളർന്നുറങ്ങുന്ന മുഖത്തോടു പറ്റിച്ചേർന്നു കിടന്നു.

അയാൾക്കു നന്നേ വിശക്കുന്നുണ്ടായിരുന്നു.

അവൾ ഉറക്കപ്പിച്ചിൽ പറഞ്ഞു; "നിങ്ങൾ ഭക്ഷണം കഴിച്ചിട്ടുണ്ടാവുമല്ലോ."

ഒരു നിമിഷം, തന്നെ തന്റെ വീട്ടിൽ കാത്തിരിക്കുന്ന യാന്ത്രികമായ ജീവിതം അയാൾക്കോർമ വന്നു. നിങ്ങൾ ഭക്ഷണം കഴിച്ചിട്ടുണ്ടാകുമല്ലോ. അയാൾ പൈപ്പിൽനിന്ന് പച്ചവെള്ളം കുടിച്ച് വയർ നിറച്ചുകിടന്നു. അതിനുമുമ്പ് മകൾ കിടന്ന കൊതുകുവല ശരിയാക്കി വെച്ചു.

കൊതുകുവലയിട്ട കിടക്കയ്ക്കകത്തേക്ക് നുഴഞ്ഞുകയറുമ്പോൾ ഫോം ബെഡ്ഡ് ഒന്നുലഞ്ഞു. ഭാര്യ പാതിമയക്കത്തിൽ പറഞ്ഞു:

"പകൽ മുഴുവൻ എന്തൊരു ഛർദിയായിരുന്നു. മടുത്തുപോയി.."

നോക്കിയിരിക്കെ അയാൾക്ക് ഭാര്യയോട് എന്തെന്നില്ലാത്ത സഹതാപം തോന്നി. മനസിനകത്തുനിന്ന് എതോ കീയെടുത്ത് അയാൾ സ്നേഹനിധിയായ ഭർത്താവായി അകത്തുകടന്നു.

നുറുങ്ങിപ്പൊടിഞ്ഞ, നിറം മങ്ങിയ നിലാവ് ഇപ്പോഴും അവളെ വിട്ടു പോയിട്ടില്ല. അയാൾ മൃദുവായി അവളുടെ വയറിൽ കൈവച്ചു.

നീ ഇന്നും ഡോക്ടറെ കണ്ടില്ലേ?

അയാൾക്കു ചോദിക്കണമെന്നുണ്ടായിരുന്നു. ചെറിയൊരു ആത്മസംഘർഷത്തിനുശേഷം വളരെ പ്രയാസപ്പെട്ട് അയാൾ ചോദിച്ചു:

"ഉറങ്ങിയോ?"

ഉറങ്ങിയെന്നു വിചാരിക്കുമ്പോഴേക്കും അവളുടെ മറുപടി വന്നു:

"യു എസിൽ കുറെക്കാലം ജോലി ചെയ്തതുകൊണ്ടാവണം. ആയമ്മ എന്തൊരു സ്ട്രിക്റ്റാ. സ്കാനിങ് കഴിഞ്ഞുവന്നിട്ടേ ഛർദിക്കുള്ള മരുന്നിനെഴുതിത്തന്നുള്ളൂ. ഇനീപ്പം മറ്റന്നാള് പോയി എലിസാ ടെസ്റ്റ് നടത്തണംന്നാ പറഞ്ഞത്."

"എലിസാ ടെസ്റ്റോ?"

ഞാനും ചോദിച്ചു. ഗവൺമെന്റീന്ന് സർക്കുലറുണ്ടത്രെ. ബാങ്കിൽ ലീവെടുക്കുന്ന കാര്യമാലോചിക്കുമ്പഴാ.

അയാൾ എന്തോ പറയാൻ ചുണ്ടനക്കി. പാതിവഴിക്ക് അതു നിന്നു.

സത്യത്തിൽ അയാൾ ഞെട്ടിത്തെറിച്ചുപോയിരുന്നു. അവളുടെ വാക്കുകളുടെ പല പലഭാഗങ്ങളിൽനിന്നും അരുതേയെന്ന് ആരോ നില വിളിക്കുന്നതായി അയാൾക്കനുഭവപ്പെട്ടു.

എലിസാ ടെസ്റ്റോ? അതെന്തിന്? എന്ന് ഒന്നുറക്കെ ചിരിച്ച് ചോദിക്കേണ്ടതായിരുന്നില്ലേ? എന്തുകൊണ്ട് അതിനു കഴിഞ്ഞില്ല? അയാൾ നീറിപ്പുകഞ്ഞുതുടങ്ങി.

പുറത്തെ നിലാവ് കെട്ടുപോയി.

ഇരുട്ടിനെ അയാൾ ഒരു കുട്ടിയെപ്പോലെ ഭയന്നു. താനകപ്പെട്ട ഏകാന്ത ശൂന്യതയ്ക്കുചുറ്റും മരിച്ചുപോയവർ വന്നു നിൽക്കുന്നതായി അയാൾക്കനുഭവപ്പെട്ടു.

ഒരുകാലത്ത് കൊടുങ്കാറ്റുലയ്ക്കുന്ന യൗവനവുമായി കാട്ടുചെന്നായ്ക്കൾക്ക് തീറ്റികൊടുക്കാനാധി പൂണ്ട തന്റെതന്നെ ഭാവങ്ങൾ. പലതവണ തന്നെത്തന്നെ അരിഞ്ഞു കൊടുത്തിട്ടും അടങ്ങാത്ത വിശപ്പിന്റെ കുറ്റബോധം കലർന്ന ദുര. ഒന്നല്ല രണ്ടല്ല... പാത്തും പതുങ്ങിയും കൈകാലുകളാസകലം വിറച്ചു തണുത്ത് ശിവകുമാറിന്റെ കൂടെപ്പോയ ലോഡ്ജ് ഏതായിരുന്നു? ഇരുട്ടിൽ മരിച്ചെത്തി അയാളെ ആദ്യമായി തൊട്ടുണർത്തിയത് പേരറിയാത്ത ആ സ്ത്രീയാണ്. ശിവകുമാറിന്റെ പനിച്ചു മെലിഞ്ഞ വിരലുകളിലെ മാംസമില്ലാത്ത തണുത്ത തൊലി എല്ലോടൊട്ടിനിന്നിരുന്നു. പൂനമല്ലി ഹൈറോഡിലെ തമിഴത്തി ചെമ്പകം. ബോംബെയിലെ രണ്ടു വർഷത്തെ ഹോസ്റ്റൽജീവിതം. അടിച്ചുതൂപ്പുകാരി കാർത്തിക. അവൾ പലരുടേതുമായിരുന്നു.

കട്ടിൽ അയാൾക്ക് പ്രൊമിത്യൂസിന്റെ ബന്ധനമായിരുന്നു. മരിച്ചവർ തന്നെ കൊത്തിത്തിന്നുന്നു.

കാർത്തിക കൂടുതൽ സുന്ദരിയായി വന്നുനിൽക്കുന്നു. മുറുക്കിച്ചു വപ്പിച്ച് അവൾ ചോദിക്കുന്നു;

"കുറച്ച് ചുണ്ണാമ്പ് തര്വോ?"

പോ... നീ... പോ

അവൾ കരൾ കടിച്ചുവലിക്കുകയാണ്.

അയാൾ ജീവിച്ച കുട്ടിക്കാലം. ഓർമകളുടെ ആ വലിയ തടവറയിൽ കണ്ണുകളെപ്പോഴും കയറിട്ടു ബന്ധിക്കപ്പെട്ടിരിക്കുന്നു. മൂടിവയ്ക്കുന്തോറും തിളച്ചുമറിഞ്ഞ ആ സ്വർണപ്പാത്രം പേടിച്ചരണ്ട വികാരവായ്പിലേക്കു പലതവണ തട്ടിമറിഞ്ഞു.

നീണ്ട ഇടനാഴിയിലെ ഇരുട്ടിൽ പാത്രം വീണു പുളയുന്ന അസ്വ സ്ഥജനകമായ ശബ്ദം.

"ആരാ അത്?"

ഇരുട്ടിൽ വീണ്ടും മരിച്ചവർ വരികയാണ്.

അയാൾ രക്ഷപ്പെടാൻ ശ്രമിച്ചു. വാതിൽ പൂട്ടിയിരിക്കുന്നു. ധൃതി യിൽ താക്കോലെടുത്തു തിരിച്ചു. ശരിയാവുന്നില്ല. കൈ വിറയ്ക്കുന്നു. ഇതാ പരേതാത്മാക്കൾ ഇങ്ങെത്തി. ദൈവമേ പനിപിടിച്ചു മരിച്ച എല്ലു കളുടെ പ്രേതങ്ങൾ. അയാൾ കീയെടുത്തു തിരിച്ചു. ഹോളിൽ കീ കയ റുന്നില്ല. താക്കോൾ കൈവിട്ടു പോകുന്നു. അയാൾ നോക്കി. ഈ താക്കോൽ? ഇത് റ്റൂവേ കീയാണല്ലോ?

നിങ്ങളെന്താണ് ഉറക്കത്തിൽ കിടന്നു പരതുന്നത്?

ഭാര്യ. പുറത്തു പകൽ.

ശിശിരകാല പ്രഭാതമാണ്. മഞ്ഞുണ്ടായിട്ടും അയാൾ വിയർത്തിരുന്നു.

വെറുതെ കണ്ണു തുറന്നുകിടന്ന അയാളോട് ഭാര്യ ചോദിച്ചു:

"ഉച്ചകഴിഞ്ഞു ലീവെടുക്കുന്നുണ്ടോ. ഹോസ്പിറ്റലിൽ വരെ ഒന്നെന്റെ കൂടെ വര്വോ? സ്ഥിരമായി ഒറ്റയ്ക്കുപോകുന്നതിൽ ആയമ്മയ്ക്ക് നീരസംണ്ട്. യു എസിലൊക്കെ എല്ലാ വിസിറ്റിങ്ങിനും ഭർത്താവ് ഉണ്ടാ കുമത്രെ."

അയാൾ ഒരു വിധി ഏറ്റുവാങ്ങുംപോലെ ചോദിച്ചു:

"മറ്റന്നാളെന്നല്ലേ പറഞ്ഞത്?"

"അത് ഇന്നലെ."

നീരസത്തോടെ ഭാര്യ പറഞ്ഞു.

"അപ്പോൾ ഇന്നലെ?"

അയാൾ ഓർമകളിൽ തപ്പി.

ഇന്നലെ എവിടെയാണ് നഷ്ടപ്പെട്ടത്?

ബഹളം കലർന്ന ഒരു അതീന്ദ്രിയലോകംപോലെ സജീവമായിരുന്നു ആസ്പത്രി. ഇതു മരണത്തിന്റെ കടൽ. അക്കരെയും ഇക്കരെയും പോയി വരുന്ന യാത്രക്കാരുടെ തുറമുഖനഗരം.

വിമലയുടെ പച്ചഞരമ്പിലൂടെ ആഴ്ന്നിറങ്ങുന്ന സൂചി. പതുക്കെ പൊടിഞ്ഞുകയറുകയാണ് രക്തം. അയാൾക്കത് തന്റെ രക്തമാണെന്നു തോന്നി.

താനിപ്പോൾ ഒരു കോടതിവരാന്തയിലാണ്.

ആരോ പുറകിൽ വന്നു വിളിക്കുന്നു.

ജോൺ?

തടിച്ചുചുവന്ന ജോൺ. താടിയിൽ അറപ്പിക്കും വിധം മൈലാഞ്ചി തേച്ചു ചെമ്പിച്ചുവെച്ചിരിക്കുന്നു. പാരലൽ കോളേജിൽ പഠിക്കുമ്പഴേ അവ നിങ്ങനെയാണ്.

"മാഷെന്താണിവിടെ..."

അയാൾ ഞെട്ടിയുണർന്നു.

വിമലയെ ചൂണ്ടി ഒരബദ്ധംപോലെ പറഞ്ഞു:

"ഭാര്യയാണ്. വിമല. താനെന്താണിവിടെ?"

"ഹോസ്പിറ്റൽ മാനേജ്മെന്റ് കഴിഞ്ഞു വെറുതെയിരിക്കുകയായി രുന്നു. ഒരു ട്രെയിനിങ്ങാവട്ടെയെന്നു കരുതി ഇവിടെയാണിപ്പോൾ."

അപ്പോഴേക്കും വിമലയെത്തി.

അയാൾ യാന്ത്രികമായി പറഞ്ഞു:

"പാരലൽ കോളേജിൽ പഠിപ്പിച്ചിട്ടുണ്ട്."

ടെക്നീഷ്യനെത്തിയപ്പോൾ ജോൺ പരിചയപ്പെടുത്തി:

"ഷീലേ, ന്റെ മാഷായിരുന്നു ഡിഗ്രിക്ക്."

ടെക്നീഷ്യൻ കൈയുറയൂരിക്കൊണ്ട് ലോഹച്ചീള് കത്തിവീഴും പോലെ ചിരിച്ചു.

(ഈശ്വരാ ഈ ചുണ്ടുകൾക്കെന്തൊരു വടിവ്? പക്ഷേ, തന്റെ മന സിൽ ഒന്നും പ്രതിഫലിക്കുന്നില്ലല്ലോ!)

20-ാം തീയതിയേ റിസൾട്ട്കിട്ടൂ. കാര്യമൊന്നുമില്ല. ഒരു സർക്കാർ അഭ്യാസം.

അയാൾക്കു ചോദിക്കണമെന്നുണ്ടായിരുന്നു:

ഇതിനു മുമ്പാരെങ്കിലും ഇങ്ങനെ ടെസ്റ്റ് ചെയ്തപ്പോൾ?...

അമ്പലത്തിനു പുറത്ത് എന്നും ബീഡിയും വലിച്ചുനിൽക്കാറുള്ള അയാളോട് ഭാര്യ പതിവുപോലെ ഭംഗിവാക്കു പറഞ്ഞു:

"തൊഴുതിട്ടു പോകാം."

അയാൾ ശങ്കിച്ചുനിന്നു.

എഴുപതുകളിലെ വിപ്ലവകാരി. കോമ്രേഡും വാക്കും പ്രീഡിഗ്രിയിൽ ഒന്നിച്ചു പഠിക്കുന്നവർക്ക് വിറ്റുനടന്ന പഴയ തീ.

ഈയിടെ എൽ ഐ സി പോളിസി ചേർക്കാൻ പോയപ്പോൾ പഴയ സഹപാഠി ചോദിച്ചു: "വിപ്ലവം വര്വോ സഖാവേ." പഴയ തീയിൽവെച്ചു പഴുപ്പിച്ച പുതിയ ലോഹം ഹൃദയത്തിലെവിടെയോ കുത്തിപ്പൊളിക്കുക യാണ് സാഡിസ്റ്റ്. വെറുതെ ചിരിച്ചു കാണിച്ചപ്പോഴും വിട്ടില്ല. "ങ്ഹാ, ചേർത്തോളൂ ഒരു ജീവൻധാര. എൽ ഐ സിയിലും മാർക്സിസത്തിലും സംഭവം ഒന്നാണല്ലോ. എക്കണോമിക്സ്."

തൊഴുതു നിൽക്കുമ്പോൾ ഉള്ളിൽനിന്ന് ചോദിക്കുന്നതായി തോന്നി:

ഞാൻ ആരാണ്?

വിമല അലമുറയിട്ട് കരഞ്ഞു:

"മഹാപാപീ എല്ലാം നശിപ്പിച്ചു നീ."

അയാൾ വിയർപ്പിന്റെ കുരിശിൽ കിടന്നു വിങ്ങി.

"നമുക്കെല്ലാവർക്കും വിഷം കഴിക്കാം."

"അല്ലെങ്കിൽ എങ്ങോട്ടെങ്കിലും ഏതെങ്കിലും വണ്ടിയിൽ..."

ചിതറിത്തെറിച്ചു പായുന്ന രാത്രിവണ്ടി.

മൂത്രവും ബീഡിപ്പുകയും നാറുന്ന മുഷിഞ്ഞ കമ്പാർട്ട്മെന്റിലെ കക്കൂസിനുമുമ്പിൽ ഏതോ മറാത്തി ദിനപത്രവും വിരിച്ചു ചുരുണ്ടു കിടക്കുന്ന വിമല. എണ്ണമയമില്ലാത്ത തലമുടിക്കകത്തുനിന്ന് കണ്ണുകൾ കുഴിയിലാണ്ടു ദീനമായി നോക്കുന്ന മകൾ.

"മോളേ അച്ഛൻ ചെയ്ത പാപം."

വിമല മുഷിഞ്ഞുനാറിയ വോയൽസാരി ആ അഴുക്കിൽ മൂടിപ്പുതച്ചു കിടന്നു.

പുറത്ത് മറാത്തിഭാഷയിലെഴുതിയ റെയിൽവേ സ്റ്റേഷൻ പരലോകം പോലെ മിന്നിമറഞ്ഞു.

ചുട്ടുപൊള്ളുന്ന പനിയിൽ വിമല ദുർബലമായി കരഞ്ഞു:

"മഹാപാപീ.."

അയാൾ പിടഞ്ഞെഴുന്നേറ്റു.

"ഇനിയും അങ്ങനെ പറയരുത്. ഈശ്വരനെയോർത്തെങ്കിലും."

അയാൾ ഞെട്ടിയെണീറ്റു.

വിമല പതുക്കെ പിറകിൽനിന്നു തൊടുന്നു.

ഇരുട്ടിൽ അയാൾ പരതി: തീവണ്ടിയുടെ ഫ്ളോറിങ്ങിന് ഇത്ര മൃദുലതയോ? ഇതൊരു ഫോംബെഡ്ഡാണല്ലോ. ഇതെന്റെ വീടാണല്ലോ.

വിമല പറഞ്ഞു:

"ഈ ഗുളിക കഴിക്കൂ.."

അയാൾ യാന്ത്രികമായി കൈകൾ നീട്ടി.

അവൾ തന്നെ ചേർത്തുപിടിക്കുന്നു.

"മിനഞ്ഞാന്ന് ആ പൊടിമഴ നനഞ്ഞുവന്നപ്പഴേ പറഞ്ഞതാണ്. തല നേരാംവിധം തോർത്തി ഇത്തിരി രാസ്നാദിപ്പൊടിയിട്ട് തിരുമ്മാൻ. അനുസരിച്ചോ? ഇപ്പോഴെന്തായി. പിച്ചും പേയും പറയുന്ന പനി."

"മോളെവിടെ?"

തൊണ്ടയിൽ നിന്നും വാക്കുകൾ പറിച്ചെടുത്തു.

"അവളപ്പുറത്തെ മുറിയിലുണ്ട്. നിങ്ങളെ ശല്യപ്പെടുത്തണ്ടാന്നു വിചാരിച്ചു." രാത്രി റീജണൽ ഓഫീസർ വിളിച്ചിരുന്നു. സുഖവിവരമന്വേഷിച്ചു. അപ്പോൾ ഇതുരാത്രിയല്ലേ?

ജീവിതം അനാഥമായ ഏതോ ജീർണനഗരപ്രാന്തത്തിൽ കീറിപ്പറിഞ്ഞു തീർന്നില്ലേ?

അയാൾ വിമലയെ ചേർത്തുപിടിച്ചു അമർത്തിക്കരഞ്ഞു.

ആരോ വന്ന് ജനാലയുടെ കർട്ടൻ നീക്കി. പുറത്തു പകൽ.

അയാൾ കരച്ചിലിനിടയിൽ പറഞ്ഞു:

"ദൈവമേ, നീയെന്നെ കൈവെടിയരുത്. ഒരു അവസരം. ഒരേയൊരവസരം."

വിമല പറഞ്ഞു.

"പനിയുടേതാണ്. കിടന്നോളൂ."

തലയണയ്ക്ക് ഇത്രയും സുഖം തരാനാവുമെന്ന് ജീവിതത്തിലാദ്യമായി അയാൾ തിരിച്ചറിഞ്ഞു.

"ഇന്നലെ രാത്രി മുഴുവൻ നിങ്ങൾ ഹിന്ദിയിൽ ഏതോ ടി ടി ആറിനോട് കയർക്കുകയായിരുന്നു. നിങ്ങളെ ട്രെയിനീന്ന് ചവിട്ടിപ്പുറത്താക്കാൻ ശ്രമിച്ചൂന്നോ മറ്റോ പറഞ്ഞ്. എന്തുപറ്റി നിങ്ങൾക്ക്?"

അയാൾ വിമലയെ ചേർത്തുപിടിച്ചു.

"നീയെന്നോട് പൊറുക്കില്ലേ?"

അവൾ ഒന്നും മനസിലാവാതെ അയാളെ നോക്കി.

സത്യവും അസത്യവും കലരാത്ത മറുലോകത്തെ ജഗന്നിയന്താവേ, ഓർമകളുടെ മഹാസമുദ്രത്തെ തിരിച്ചെടുക്കൂ. കടലിൽ ലയിക്കുന്ന ശുദ്ധജലത്തിന്റെ അതിരുപോലെ അദൃശ്യമായ ഇടകലർന്ന രേഖയായി നീ എന്നിൽ നിൽക്കുന്നു. രോഗവും മരുന്നും ഒരുമിച്ചു സൃഷ്ടിക്കുന്ന നിന്റെ സത്യത്തിന് എനിക്കറിയാനാവാത്ത വലിയ യാഥാർഥ്യത്തിന്റെ യുക്തിയുണ്ട്. നിന്റെ അളവറ്റ കാരുണ്യത്തിൽനിന്നും ഇത്തിരിയെങ്കിലും തരൂ...

ജോൺ വൃത്തികെട്ട മൈലാഞ്ചിത്താടിയുഴിഞ്ഞു ചിരിക്കുന്നു.

എന്തേ?

മാഷിന്റെ മാറ്റം. നെറ്റിയിൽ ചന്ദനപ്പൊട്ട്.

പെട്ടെന്നയാൾ നെറ്റി തുടച്ചുകളഞ്ഞു.

അതേ നിമിഷം തന്നെ അതു വേണ്ടിയിരുന്നില്ല എന്നും തോന്നി.

ചിരി നിർത്തി ജോൺ ടെക്നീഷ്യൻ ഷീലയെ ഇൻറർകോമിലൂടെ വിളിച്ചു.

ബ്ലഡ് റിസൾട്ട്.

അയാൾ ദേഹമാസകലം മുള്ള് തറച്ചുപിടിച്ചു നിന്നു.

ഷീല ചിരിച്ചു.

എലിസാ റിസൾട്ട് മറ്റന്നാളേ വരൂ. മദ്രാസിനയച്ചിരിക്കുകയാ. മറ്റുള്ളതൊക്കെ ഓക്കെയാ. ഉപ്പ് അൽപ്പം കുറച്ചോളൂ. കേട്ടോ.

സംഘർഷങ്ങളുടെ ചെണ്ടമേളത്തിനുള്ളിലൂടെ ജോൺ എന്തൊക്കെയോ സംസാരിക്കുന്നു.

ടെക്നീഷ്യൻ ഷീല അയാളെ ഇടംകണ്ണിട്ട് ഹൃദയപൂർവം പുഞ്ചിരിച്ചു.

അയാൾ ഉണർന്നു.

ഷീല തിരിഞ്ഞു നടക്കുന്നു.

സമൃദ്ധമായ നിതംബം കുലുങ്ങിക്കുഴയുന്നു. അത് അസ്ഥികൂടത്തിൽ പറ്റിപ്പിടിച്ച വെറും ഇരിപ്പിടമാംസമായി മാത്രമേ അയാൾക്കു തോന്നിയുള്ളൂ.

ജോൺ ഇടയ്ക്ക് ഇൻഷ്വറൻസുമായി ബന്ധപ്പെട്ട് എന്തോ സംശയം ചോദിക്കുന്നു.

അന്നു രാത്രിയും അയാൾ പനിവണ്ടിയിൽ യാത്ര ചെയ്തു. മയക്കത്തിലൊക്കെ തെളിഞ്ഞത് ഏതോ അജ്ഞാതമായ ഉത്തരേന്ത്യൻ ചേരികൾ. അവരുടെ കടുംവർണത്തിലുള്ള ഉടുപുടവകൾ. ഗോതമ്പ്, ഉരുളക്കിഴങ്ങ്, സവോള...

വണ്ടിയിൽനിന്ന് ടി ടി ആർ വലിച്ചു പുറത്തിടുന്നു. കുത്തേ കമീനേ..

മോളുണർന്നു കരയുന്നു.

രോഗികളുടെ അഭയകേന്ദ്രത്തിൽ അവൾ റൊട്ടിക്കും ഉരുളക്കിഴങ്ങിനും കാത്തിരിക്കുന്നു. തിരക്കിനിടയിൽ അവളുടെ റൊട്ടി ആരോ തട്ടിത്തെറിപ്പിക്കുന്നു. ആർത്തുകരയുന്ന അവളെ മദർ തെരേസയെടുത്ത് ഉമ്മ വെക്കുന്നു. തന്റെ കണ്ണുകൾ നനയുന്നു. ജീവിതം എത്ര പെട്ടെന്നാണ് കൈമോശം വന്നത്. അതിന്റെ മറുവശത്തെ ജീവിതങ്ങളിൽ ഒരു പാപകർമഫലജന്മം പനിച്ചുതീരുമ്പോൾ, മഹാപാപീ...

റീജണൽ ഓഫീസർ ചിരിക്കുന്നു.

റെസ്റ്റെടുക്കൂ.

യാഥാർഥ്യത്തിന്റെ തെളിനീർപ്പുഴ.

വിമല.

സീസണൽ ഫീവറാണ്. ഇതാ ഗുളിക.

ജോൺ എന്നെ കൊല്ലാക്കൊല ചെയ്യുന്ന ആ മുടിഞ്ഞ റിസൾട്ട് ഒന്ന് എത്രയും സ്വകാര്യമായി എനിക്കെത്തിച്ചു തരാമോ?

ഇന്റർകോം.

ടെക്നീഷ്യൻ ഷീല.

അയാൾ ജോണിനെ നിഗൂഢമായി അളന്നുകൊണ്ടിരുന്നു. ഇന്റർകോമിൽ ഷീലയോടെന്താണവൻ ഇത്തിരി മാറിനിന്നു പറഞ്ഞത്?

വന്നുകയറിയതുമുതൽ ഹോസ്പിറ്റൽ ജീവനക്കാർ തന്നെ അനാവശ്യമായി ഒളിക്കണ്ണിട്ടു നോക്കിയോ? റിസപ്ഷനിലെ ആ പൂച്ചക്കണ്ണി അടുത്തിരുന്നവരോട് തന്നെ ചൂണ്ടി സംസാരിച്ചതെന്തിന്?

മാഷിന്റെ മുഖത്ത് ഒരു കള്ളലക്ഷണമുണ്ടല്ലോ. ഒരിത്തിരി ആധി.

അയാൾ ചിരിച്ചു.

പോകുന്നവഴിക്ക് വണ്ടി നിർത്തി ഒന്നന്വേഷിച്ചുവെന്നേയുള്ളൂ.

വീണ്ടും ഇന്റർകോം.

ഷീലേ ജോൺ. മാഷിന്റെ റിസൾട്ട് വന്നോ? ശരി, ശരി, നോക്കിയിട്ടു വിളിക്കൂ.

ഇന്റർകോം മുഴങ്ങുന്നു. പതുക്കെയെങ്കിലും എന്തൊരു മൂർച്ചയാണിതിന്.

ഷീല.

കവർ തുറക്കുന്നു

നെഗറ്റീവ്.

അടഞ്ഞുപോയ എല്ലാ ജനാലകളും തുറക്കപ്പെടുന്നു.

ഈശ്വരാ നന്ദി.

ഷീല ഹൃദ്യമായി ചിരിച്ചു.

ജീവിതത്തിലാദ്യമായി ജോണിന്റെ മൈലാഞ്ചിക്കറയുള്ള താടിക്കു ഭംഗിയുണ്ടെന്നു തോന്നി.

ഷീല പഴയൊരു ഇൻഷ്വറൻസ് പോളിസി മുടങ്ങിയതിനെപ്പറ്റി എന്തോ സംശയം ചോദിച്ചു.

അയാൾ അതിരുകവിഞ്ഞ വാചാലതയോടെ എല്ലാം പറഞ്ഞു കൊടുത്തു.

റിസൾട്ട് ജോൺ ഭദ്രമായി കവറിലിട്ടുതന്നു.

ഷീല, യാത്ര പറഞ്ഞു.

ജോണിന്റെ മുറിയിൽനിന്ന് ഇടനാഴിയിലേക്കു കടന്നപ്പോൾ ലാബിലേക്ക് മടങ്ങിപ്പോയ ഷീലയെ എത്ര ശ്രമിച്ചിട്ടും അയാൾക്കു തിരിഞ്ഞു നോക്കാതിരിക്കാൻ കഴിഞ്ഞില്ല.

(മാതൃഭൂമി ഓണപ്പതിപ്പ് 2000)

കത്തുന്ന തലയണ

ഒരിക്കലൊരാൾക്കു ഭ്രാന്തുവന്നു. അയാൾ ഞാൻ തന്നെയായിരുന്നു.

ഓർമകളുടെ ഭയാനകമായ മുനമ്പിൽ ഞാനെന്തോ ഓർത്ത് ഇരിക്കുകയായിരുന്നു. അപ്പോഴാണ് രൂപമില്ലാത്ത രൂപമായും ഭാവമില്ലാത്ത ഭാവമായും മാന്ത്രികമായ ചുവടുവയ്പുകളോടെ ഭ്രാന്ത് എന്റെയരികിൽ വന്നത്. അത് എന്നോടു ചോദിച്ചു: "നിനക്കാകാശം കാണണോ?"

ഞാൻ പറഞ്ഞു: "മിണ്ടരുത്. ഓർമകളുടെ ഭയാനകമായ മഹാമുനമ്പിൽ എന്റെ മനസ്സ് വിശ്രമിക്കുകയാണ്."

പിന്നീടത് ചിറകില്ലാത്ത ചിറകിൽ എനിക്കു ചുറ്റും പറന്നുകളിച്ചു. താഴ്‌വാരങ്ങളിൽ മഞ്ഞും ആട്ടിടയന്മാരും കടന്നുപോയ്ക്കൊണ്ടിരുന്നു.

ഞാൻ ആരോടെന്നില്ലാതെ പറഞ്ഞു:

ഇന്നലെയൊരു സ്വപ്നംകണ്ടു. കണ്ണുകൾ ചൂഴ്ന്നെടുക്കപ്പെട്ട രണ്ടു വയസനാടുകൾ എന്നെ ചുഴിഞ്ഞുനോക്കുന്നു.

ഭ്രാന്ത് പറഞ്ഞു: "നമുക്കൊരു യാത്ര ചെയ്താലോ?"

ഞാൻ പറഞ്ഞു: "എനിക്കു മോചനം വേണം."

ഭ്രാന്ത് പറഞ്ഞു: "ഞാൻ തന്നെയാണു മോചനവും മുക്തിയും. ഞാൻ നീലത്തടാകത്തിൽ മുങ്ങി ചുവപ്പുപർവതമായി ഉയിർത്തെഴുന്നേൽക്കും. നിന്നെ ഞാൻ ദൈവംപോലെ സ്വതന്ത്രമാക്കും. അവിടെ ഇരുട്ട് വിളക്കുമരമാകും. നീ ഒരേസമയം ദ്രാവകവും ഖരപദാർഥവുമാകും. ആരും കേൾക്കാത്ത നിലവിളി ഒരു ഗാനശകലമായി നിന്റെ ഇടംതൊണ്ടയിൽനിന്നും പുറത്തുവരും. അവിടെ കാലവും ഓർമയുമില്ല. ഖരവും ദ്രാവകവുമില്ല. എന്നാൽ എല്ലാം എല്ലാമാണുതാനും. നീ വരിക."

എനിക്കു ഭ്രാന്തിനോടു എന്തെന്നില്ലാത്ത ബന്ധുത്വം തോന്നി.

പറയാതിരിക്കാനായില്ല:

"ഞാൻ ബന്ധനസ്ഥനായതുകണ്ടില്ലേ? ഒറ്റയ്ക്ക് വരാനാവില്ല. പാറകളാൽ നാലഞ്ചു കരിഞ്ചങ്ങലകൾ വന്യമായ ദീനതയോടെ എഴുന്നേറ്റു നിൽക്കുന്നു. ഞാൻ രക്ഷപ്പെടാൻ ശ്രമിക്കുമ്പോഴൊക്കെ കഴുകന്മാർ വന്നു കരളിൽ കൊത്തുന്നു."

ഭ്രാന്ത് അപ്പോൾ അസ്തമിക്കാറായ പകലായി. സന്ധ്യ വന്നെന്റെ പിറകിൽ നിന്നു. ഞാൻ അവയവങ്ങളരിയപ്പെട്ട മനസായി. സന്ധ്യ പറഞ്ഞു:

"നിനക്കെന്റെ കൈയിൽനിന്നു രക്ഷപ്പെടാനാവില്ല. എല്ലാ സന്ധ്യകളും ഭ്രാന്തിന്റെ ആദിരൂപമാണ്."

താഴ്‌വാരങ്ങളിലൂടെ കടന്നുപോയ മനുഷ്യാത്മാക്കൾ വെറും റാന്തൽ വിളക്കായി. ഞാൻ ആശ്രയമില്ലാതെ കേണു. ഭൂമിയുടെ പുതപ്പുകൾ വലിച്ചു മൂടിക്കിടക്കാൻ ശ്രമിച്ചു. മേൽമണ്ണ് പരിഹാസ്യമാംവിധം അടർന്നു പൊടിഞ്ഞു.

ഭ്രാന്ത് പതുക്കെ എന്റെ തോളിൽ കൈവച്ചു. എനിക്കു തളർച്ചയുടെ പാനീയം തന്നു.

ഞാനെഴുന്നേൽക്കുമ്പോൾ പ്രഭാതം. ഭ്രാന്ത് പോയ്ക്കഴിഞ്ഞിരുന്നു.

ഭൂമിയിലാകെ മതിലുകളും അഴികളും കാടുപോലെ നിറഞ്ഞു നിൽക്കുന്നതു ഞാൻ കണ്ടു. കറുത്ത രാത്രിയിൽ മുളച്ചവയാണവയൊക്കെ. ഭൂമിയിലെ ഇരുമ്പഴികൾ പാതാളത്തോളം അമർന്നുകിടന്നു. എനിക്കിതിനെ എങ്ങനെ നേരിടാനാവും?

അപ്പോഴേക്കും അവനെത്തി.

"പേടിക്കണ്ട. ഞാനുണ്ട്."

എനിക്ക് എത്ര ശ്രമിച്ചിട്ടും വാക്കുകളെ ഒളപ്പിക്കാനായില്ല.

"നീ ദയാവായ്പില്ലാത്ത പലിശക്കാരനാണ്. പരപീഡയിൽ പുളച്ചു രസിക്കുന്ന ആത്മാവ്. നീ വെളിച്ചം തന്നു പകരം എന്റെ കണ്ണുകൾ ചോദിക്കും. ശബ്ദം തന്നു കാതുകൾ പറിച്ചെടുക്കും."

ഇതൊന്നും സാരമാക്കാതെ ഭ്രാന്ത് പറഞ്ഞു:

"ഇന്നു നല്ല ദിവസമാണ്. ഒരൽപ്പം വെയിൽ കായൂ. രാത്രിയിൽ കോച്ചിവലിഞ്ഞുപോയ പേശികൾ നിവരട്ടെ. നമുക്കൽപ്പം നടക്കാം."

ഞാൻ പറഞ്ഞു:

"ഞാനില്ല. നീ പകർച്ചവ്യാധിയാണ്. ഇരുമ്പാണികൾ തൊണ്ടയിൽ തറച്ച് ആഞ്ഞു പുണരാൻ വരുന്ന വസൂരിയാണ്, പോകൂ. ഞാൻ അൽപ്പനേരം ഈ നീലത്തടാകത്തിൽ കിടക്കട്ടെ. ഭൂമിയുടെ ചൂടുള്ള നീരുറവയിൽ എന്റെ ആത്മാവിന് ആശ്വാസമുണ്ടാവട്ടെ."

ഭ്രാന്ത് എന്നെ തനിയെ വിട്ട് പെട്ടെന്നു വായുരൂപം കൈക്കൊണ്ടു പറന്നുപോയി.

ഞാൻ മോചിതനായി.

മനുഷ്യരോടു ഞാൻ ബുദ്ധിപൂർവം സംസാരിച്ചു. ചടുലമായി കാര്യങ്ങൾ നീക്കി.

പക്ഷേ, വളരെ പെട്ടെന്നുതന്നെ തളർന്നുപോവുകയാണു ഞാൻ. എനിക്കു ഭൂമിയിലെ മനുഷ്യർ ഒരിക്കലും മനസിലാകാത്ത ദുര പിടിച്ച കടലാവുന്നു. അവരുടെ വർത്തമാനവും നീക്കങ്ങളും അതിലെ തിരമാലയാകുന്നു.

ഞാൻ കുതറി നടന്നു.

ഏകാന്തതയിലാകട്ടെ എന്റെ സ്വസ്ഥത സ്വയം തീപിടിക്കുന്ന തലയണയായി. ഭ്രാന്ത് വന്ന് അത് ഊതിക്കെടുത്തി.

ഭ്രാന്തിനോടു ഞാൻ പറഞ്ഞു:

"എനിക്കു ഭൂമിയിലെ യുക്തികൾ മനസിലാവുന്നില്ല. അവയുമായി രാജിയായും രമ്യതയിലായും സ്വയം വിഴുങ്ങിയും എന്നെ ഞാൻ തന്നെ അടിച്ചമർത്തിയും ശ്വാസംമുട്ടിച്ചും മടുത്തു."

ഭ്രാന്ത് പറഞ്ഞു:

"ഞാൻ നിന്നെ അൽപ്പസമയത്തേക്കു മറുലോകത്തേക്കു ക്ഷണിക്കുന്നു."

ഞാൻ വേദന കടിച്ചിറക്കിക്കൊണ്ടു ചോദിച്ചു:

"അവിടെ യുക്തിയുണ്ടോ ചങ്ങാതീ? ആക്രമണോത്സുകമായ യുക്തികളെപ്പറ്റിയല്ല ഞാൻ ചോദിക്കുന്നത്. അത്തരം യുക്തികളുടെ എണ്ണപ്പെരുപ്പം വലിയ പുരുഷാരവമായി എന്നെ ആക്രമിക്കുന്നതായി തോന്നുന്നു."

ഭ്രാന്ത് പറഞ്ഞു:

"ഇല്ല. നമുക്കു പോകാൻ കഴിയുന്ന ലോകത്ത് യുക്തികൾ തന്നെയില്ല. എന്നാൽ യുക്തിരാഹിത്യവുമില്ല. അവിടെ നിനക്കു നിന്റെ ശരീരം പിച്ചിച്ചീന്താം. അലറിപ്പാഞ്ഞുവരുന്ന ഉരുക്കുവണ്ടിയെ അതേൽപ്പിക്കാം. വേദനയില്ലാത്ത മുക്തിയിലേക്കു കടന്നുപോകാം. അവിടെ സ്നേഹത്തിന്റെ ക്രൂരതകളില്ല. മോഹത്തിന്റെ വന്യതകളില്ല. വിശപ്പടക്കാനാവാത്ത വിഭവങ്ങളില്ല. അപ്പോൾ നീ എവിടെ നിൽക്കും?"

ഭ്രാന്ത് പറഞ്ഞു:

"മരണത്തിനും ജീവിതത്തിനും നടുവിൽ. അവിടെ ഗതികിട്ടാതെ അലയുന്ന അംഗച്ഛേദം ചെയ്യപ്പെട്ട മനുഷ്യർ നിലവിളിക്കുന്നുണ്ട്. ഞാൻ ചിലപ്പോൾ കാരുണ്യത്തിന്റെ പൂമഴയും മറ്റു ചിലപ്പോൾ ക്രൂരതയുടെ പാമ്പു മഴയുമാണ്. കടലുകൾ പൊട്ടിച്ച് ഞാൻ പാമ്പിൻമേഘങ്ങളെ ഉണ്ടാക്കുന്നു. മേഘങ്ങൾ പൊട്ടിച്ച് പാമ്പിൻകുഞ്ഞുങ്ങളുടെ മഴയും."

"എന്റെ ഉറവിടമെവിടെയാണ്?"

ഭ്രാന്ത് പൊട്ടിച്ചിരിച്ചു.

"നീ യുക്തിവിചാരമുള്ള കാലത്തിലാണിപ്പോഴും. വരൂ നിന്റെ പാദങ്ങളിൽ നിന്നു കാലത്തെയും ശരീരത്തിൽനിന്നു സ്വയംബോധത്തെയും കുടഞ്ഞെറിയൂ."

ഭ്രാന്തിനോടു ഞാൻ ചോദിച്ചു:

'നിന്റെ ലോകം സ്വസ്ഥമാണോ?"

ഭ്രാന്ത് പറഞ്ഞു:

"ദൈവത്തിലേക്കു പോകുന്ന വഴിയിലേ ചെകുത്താനാണു ഞാൻ. പലപ്പോഴും കഠിനകഠോരതകളുടെ ധർമസങ്കടങ്ങളും യുക്തികൊണ്ടു മുറിവേറ്റ മനുഷ്യരും ഈ വഴി കടന്നുപോകുമ്പോൾ ഞാനൊരു രസത്തിന് അവരുടെ പിൻകഴുത്തിൽ ഒരു വെട്ടു വെട്ടുന്നു. അതേ വേഗത്തിൽ തിരിച്ചു വന്ന്, ആ വെട്ട് ഉണക്കിമാറ്റി ക്ഷണനേരംകൊണ്ട് പഴയപടിയാക്കുന്നു. സംഭ്രമിച്ചുപോകുന്ന അയാളെ കാലത്തിൽനിന്ന് അടർത്തിമാറ്റി ഉറങ്ങുകയാണു താനെന്നു തോന്നിപ്പിച്ച് ഉണർത്തുന്നു."

–എനിക്ക് ഈ ലോകത്തിൽ എവിടെയും കടന്നുചെല്ലാം. ഉറക്കത്തിലൊഴികെ. അതു ദീർഘമായാലും ഹ്രസ്വമായാലും.

ഒരിക്കലൊരാൾക്കു ഭ്രാന്തുവന്നു. അയാൾ ഞാൻ തന്നെയായിരുന്നു. ഭ്രാന്തിനെ എനിക്കു ശരിക്കും കാണാൻ കഴിഞ്ഞിരുന്നില്ല. അതു ചോദ്യങ്ങൾപോലും ചോദിച്ചത് ഉത്തരങ്ങൾപോലെയായിരുന്നു.

വളരെ പ്രയാസപ്പെട്ടു സംഘടിപ്പിച്ച ഒരു റാന്തൽവിളക്ക് ഊതിക്കെടുത്തിക്കൊണ്ട് അതെന്നോടു ചോദിച്ചു:

"നീയെന്താണന്വേഷിക്കുന്നത്?"

ഞാൻ പറഞ്ഞു: "ഒളിച്ചിരിക്കുന്ന ദൈവത്തെ."

പെട്ടെന്നു മാന്ത്രികമായി കൈയുയർത്തി റാന്തൽ വിളക്കു തീപ്പന്തം പോലെ കത്തിച്ചുയർത്തി ചോദിച്ചു:

"ഇപ്പോഴോ?"

ഞാൻ പറഞ്ഞു:

"ഒളിച്ചിരിക്കുന്ന ദൈവത്തെ."

റാന്തൽവിളക്ക് അതു ചവിട്ടിമാറ്റി. അതിന്റെ കണ്ണുകളിൽ ക്രോധമുണ്ടായിരുന്നില്ല. അതു പ്രത്യേകമായ താളക്രമത്തിൽ നടന്നുനീങ്ങി. എന്നിട്ടു മുന്നിലെ ആകാശത്തേക്കു ഭീമാകാരം പൂണ്ടു. ഒരു നിമിഷത്തെ ഗൂഢസ്മിതത്തിനുശേഷം ഭ്രാന്ത് തന്റെ മുന്നിലെ ആകാശം വലിച്ചുകീറി പതിയെ ഒരൽപ്പം നിരാശകലർന്ന സ്വരത്തിൽ പറഞ്ഞു:

"ശരി പൊയ്ക്കോളൂ. ഇനിയും നിന്നെ പരിപാലിക്കുന്നതിലർഥമില്ല. ദൈവം നിന്നെ കാത്തിരിക്കുന്നു."

(ഭാഷാപോഷിണി 2001)

പഠനം

കഥയിലെ നൈതിക വിചാരണകൾ

ടി വി ശ്രീകുമാർ

ദർശനം കഥയ്ക്കു മേമ്പൊടിയാവുക. അല്ലെങ്കിൽ ദർശനത്തിന്റെ ഭാരത്തിൽ കഥയുടെ കലാത്മകത കൂനിപ്പോവുക, അതുമല്ലെങ്കിൽ ദാർശനികതയുടെ മാനങ്ങൾ എത്തിനോക്കാത്ത ആഴമില്ലായ്മകളിൽ കഥ വെറും ഇരമ്പമാവുക. ഇതൊക്കെ സാഹിത്യത്തിൽ സർവസാധാരണമാണ്. ഈ സാമാന്യതയെ ഭേദിക്കുന്ന കഥകളാണ് രാഷ്ട്രീയത്തിന്റെയും ദർശനത്തിന്റെയും നൈതികതയുടെയും സൂക്ഷ്മഭാവങ്ങൾ പിടിച്ചെടുത്ത് സമകാലജീവിതത്തിന്റെ വിചാരണകളുടെയും ന്യായവിധികളുടെയും സങ്കീർണതകളും അർഥഭേദങ്ങളും വെളിവാക്കുന്നത്. പാരായണത്തിന്റെ നാനാർഥങ്ങളിൽ പലകാലങ്ങളിൽ പലയിടങ്ങളിൽ പലതാവുന്നുണ്ടെങ്കിലും സ്ഥലകാലബദ്ധമായ ജീവിതവ്യാഖ്യാനത്തിന്റെ മൂശയിലാണ് കഥ ഉരുവം കൊള്ളുന്നത്. അധിനിവേശാനന്തരരാഷ്ട്രീയത്തിന്റെ നെരിപ്പോടിൽ നീറിനിൽക്കുന്ന മൂന്നാംലോക സാഹിത്യത്തെ മനസിലാക്കുന്നതിന് ക്രുദ്ധവും സംഘർഷാത്മകവുമായ ആഗോളരാഷ്ട്രീയത്തിന്റെ സമീപഭൂതകാലത്തോടും വർത്തമാനകാലത്തോടുമുള്ള അതിന്റെ ബന്ധം അറിയുകയെന്നത് അതിപ്രധാനമാണ്. പ്രമേയവൈവിധ്യം കൊണ്ടും ആ വൈവിധ്യത്തിനു പ്രഭവമായ നൈതികരാഷ്ട്രീയത്തിന്റെ വിധ്വംസകതകൊണ്ടും മൂന്നാം ലോകത്തിലെ കലയും സാഹിത്യവും അധിനിവേശാനന്തരചരിത്രത്തിന്റെ സ്പന്ദമാപിനികളാകുന്ന ദൃശ്യം അവഗണിക്കാനാവാത്തവിധം ദീപ്തമാവുകയാണ്.

സമകാലമലയാള ചെറുകഥയിലെ ശ്രദ്ധേയസാന്നിധ്യമായിത്തീർന്നിട്ടുള്ള ശിഹാബുദ്ദീൻ പൊയ്ത്തുംകടവിന്റെ കഥകളിൽ ഈ സവിശേഷ രാഷ്ട്രീയത്തിന്റെ ചരിത്രവും വർത്തമാനവും വായനക്കാർക്കു ദർശിക്കു

വാൻ കഴിയും. 'ദേശീയത'യുടെ നിദർശനമാവുന്ന അന്യാപദേശകഥകളെന്നതിലുപരി അധിനിവേശാനന്തരദേശീയതയുടെ നിർമിതിയെത്തന്നെ ചോദ്യം ചെയ്യുന്ന കഥകളാണ് പുതിയ കഥയുടെ ഈ അപരിചിതസരണിയിൽ നാം അമ്പരപ്പോടെ സന്ധിക്കുന്നത്. ഈ നിർമിതിക്കു പലകത്തട്ടായി നിലകൊണ്ട 'സ്വാതന്ത്ര്യം' എന്ന പരികൽപ്പനയെയും അതു ചോദ്യം ചെയ്യുന്നു. മുൻവിധികളെയും മുൻഗണനാക്രമങ്ങളെയും വെല്ലുവിളിച്ചുകൊണ്ട് സമീപ ഭൂതകാലത്തിന്റെ വിശ്വാസഗോപുരത്തെ ഒരു ചാവേറെന്നപോലെ ആക്രമിക്കുന്നു. അധിനിവേശാനന്തര കാലത്തിന്റെ ഒരു സവിശേഷത ആത്മവിസ്മൃതിയുടെ ചരിത്രപരത സൃഷ്ടിക്കുന്ന പ്രത്യാഘാതങ്ങളെക്കുറിച്ചുള്ള വേവലാതികളും വ്യാകുലതകളും അതിൽ സന്നിവേശിപ്പിച്ചിരിക്കുന്നു എന്നതാണ്. ഈ വിസ്മൃതികളെ ദയാരഹിതമായി ആക്രമിക്കുന്നു എന്നത് അധിനിവേശാനന്തരസാഹിത്യത്തിന്റെ പരസ്യദൗത്യങ്ങളിലൊന്നാണ്. ചരിത്രത്തെ വീണ്ടെടുക്കുക എന്ന ഈ ദൗത്യത്തിന് മനോവിജ്ഞാനീയത്തിന്റെ അനാമ്നെസിസ് പോലെയൊരു പ്രക്രിയയുമായി സമാനതകളുണ്ട്. അനാമ്നെസിസിനു വിധേയരാവുന്ന രോഗികൾ വർത്തമാനകാലത്തിലെ പ്രശ്നങ്ങൾ ഭൂതകാലത്തിലെ അപ്രധാനം പോലുമായ വ്യക്തിബന്ധളുടെയും സംഭവങ്ങളുടെയും അവ്യക്ത ചിത്രങ്ങളോടു ബന്ധിപ്പിക്കാൻ നിർബന്ധിക്കപ്പെടുന്നു. കഴിഞ്ഞുപോയ ജീവിതത്തിന്റെ ആഴങ്ങളിൽനിന്ന് അവർ സ്വന്തം സ്വത്വത്തിന്റെ അർഥങ്ങൾ മുങ്ങിയെടുക്കുന്നു. ശിഹാബുദ്ദീന്റെ കഥകളിൽ ഈ പ്രക്രിയയോടു സാദൃശ്യമുള്ള, ഭൂതകാലത്തിന്റെ കയങ്ങളിൽനിന്ന് നൈതികതയുടെ അർഥമീളനത്തിനു മുതിരുന്ന, അതിശക്തമായ ഒരു വിശകലനസമീപനമുണ്ട്. വൈയക്തികതയെയും സാമൂഹികതയെയും അവയുടെ വൈരുധ്യാത്മകബന്ധത്തിൽ തൊട്ടറിയുന്ന ഒരു രചനാരീതിയാണ് ശിഹാബുദ്ദീന്റെ കഥകളെ ശ്രദ്ധേയമാക്കുന്നത്. 'കത്തുന്ന തലയണ' പോലുള്ള കഥകളിലും താളക്കേടുകളിൽനിന്നും ക്രമഭംഗങ്ങളിൽനിന്നും നൈതികതയുടെ രൂപങ്ങളെ ചരിത്രവിചാരണചെയ്യാൻ വീണ്ടെടുക്കുന്ന ഒരു വ്യാഖ്യാതാവ് വരികൾക്കിടയിൽനിന്ന് ഇറങ്ങിവരുന്നു. ഈ ചികിത്സകന്റെ തന്ത്രങ്ങൾ നമ്മുടെ രാഷ്ട്രീയബോധത്തിന്റെ ഉലകളെ ഊതിഉണർത്തുന്നതെങ്ങനെയെന്നു നോക്കാം.

അധികാരം, മതം, നൈതികത

നൈതികതയുടെ രാഷ്ട്രീയം സന്ദിഗ്ധതകൾ നിറഞ്ഞതാണ് എന്നോർമിപ്പിക്കുന്ന കഥയാണ് 'ഈ സ്റ്റേഷനിൽ ഒറ്റയ്ക്ക്.' തന്റെ ഭൂതകാലംപോലും നഷ്ടപ്പെട്ടുവെന്നു വിശ്വസിക്കുന്ന സ്റ്റേഷൻമാസ്റ്ററാണ് ഇതിലെ കഥാപാത്രം. ഏതോ അധോലോകഭരണാധികാരികളുടെ ചാരനെന്ന് അയാൾ സംശയിക്കുന്ന ശാപ്പാട്ടി എന്ന വേലക്കാരൻ ഒഴിച്ചാൽ ഈ കഥയിലെ അപരപരാമർശങ്ങൾ അമൂർത്തബിംബങ്ങളോ സർവ

നാമങ്ങളിലേക്കു പിന്മാറ്റിയവരോ ആണ്. ഈ അവ്യക്തരൂപങ്ങൾ ചേർന്നു നിൽക്കുന്നത് അധികാരത്തിന്റെയും കടമയുടെയും പ്രത്യയശാസ്ത്രങ്ങൾ കൂടിച്ചേരുന്ന രാഷ്ട്രീയസന്ധിയിലാണ്. അധികാരത്തെ പുണരുകയും കടമകൾ വിസ്മരിക്കുകയും ചെയ്യുന്നത് ചരിത്രത്തോടുള്ള അവഹേളനമായി വ്യാഖ്യാനിക്കുകയാണ് സ്റ്റേഷൻമാസ്റ്റർ ചെയ്യുന്നത്. 'ഉപേക്ഷിക്കാനാവാത്ത ശിക്ഷയായി' സ്റ്റേഷൻ മാസ്റ്ററെ കാർന്നുതിന്നുന്ന 'നന്മ' ഉത്തരവാദിത്തബോധമാണ്. നിരുത്തരവാദിയായ ഒരുദ്യോഗസ്ഥൻ ചലനമറ്റ ശവവും ലക്ഷണമൊത്ത ക്രിമിനലുമാണെന്നതാണ് അയാളുടെ പ്രമാണം. കടമ നിറവേറ്റിയ സംതൃപ്തിയായാണോ അതോ നിരർഥകതയുടെ ആൾരൂപമായാണോ താൻ ജീവിക്കുന്നതെന്ന ചിന്ത അയാളെ അലട്ടുന്നുണ്ട്. ആശയവിനിമയം ചെയ്യാനാവാത്ത ഭരണാധികാരി തെമ്മാടിയാണെന്ന ചിന്തയിൽ അയാൾ വ്യാകുലനാവുന്നു. എന്നാൽ കാര്യങ്ങൾ ഇത്രമേൽ ലളിതമല്ലല്ലോ. നൈതികതയുടെ സാപേക്ഷികത, അതിന്റെ രാഷ്ട്രീയ ദൗത്യങ്ങളെ അട്ടിമറിക്കുന്ന ദാർശനികപ്രശ്നമാണ്. സ്റ്റേഷൻവിട്ടുള്ള ഓരോ ചുവടുവയ്പും നിരുത്തരവാദിത്വമായും പാപമായും കരുതിപ്പോന്നിരുന്ന സ്റ്റേഷൻമാസ്റ്റർ, ഒരുദിനം, നൈതികത കുടികൊള്ളുന്നത് വ്യക്തികളുടെയും സ്ഥാപനങ്ങളുടെയും പാരസ്പര്യത്തിലാണെന്നും, തന്റെ സ്റ്റേഷനിലൂടെ കടന്നുപോകുന്ന തീവണ്ടികളും അവയിലെ ഡ്രൈവർമാരും തന്റെ ഹരജികൾക്കു മറുപടി അയയ്ക്കാത്ത മേലധികാരികളും, തന്റെ ചോദ്യങ്ങളെ താൽപ്പര്യരാഹിത്യത്തിന്റെ ശൂന്യനയനങ്ങളാൽ അവഗണിക്കുന്ന ശാപ്പാട്ടിയും കടമയുടെ ഈ അന്യോന്യത പാലിക്കുന്നില്ലെന്നു രോഷത്തോടെയും വ്യസനത്തോടെയും തിരിച്ചറിയുന്നു. കടമയുടെ ബാധ്യത ഒരു വൈകാരികപ്രശ്നമല്ലെന്നും അയാളപ്പോൾ തിരിച്ചറിയുന്നു. യൂണിഫോം അണിയിച്ച ഒരു വൈക്കോൽക്കോലത്തിന്റെ കയ്യിൽ പച്ചക്കൊടി തിരുകി സ്റ്റേഷനിൽ നിന്ന് അയാൾ നടന്നു തുടങ്ങുന്നു. പാളങ്ങളുടെ അറ്റങ്ങളിൽ തന്നെപ്പോലെയുള്ളവരുണ്ടാകാം എന്ന ആകാംക്ഷയിലാണ് അയാൾ നടക്കുന്നത്. അന്യഗ്രഹങ്ങളിൽ ജീവൻ തേടിപ്പോകുന്ന ഗോളാന്തരയാത്രക്കാരനെപ്പോലെ നീങ്ങുന്ന സ്റ്റേഷൻമാസ്റ്ററുടെ നടത്തത്തിന്റെ പ്രസന്നതകൾ അവസാനിക്കുന്നത് പെട്ടെന്നാണ്. അന്യോന്യതയുടെ അഭാവത്തെയും അത് ദ്യോതിപ്പിക്കുന്നു. നൈതികതയുടെ പ്രതിസന്ധിയെയും ഓർമിപ്പിച്ചുകൊണ്ട് അയാൾക്കു മുന്നിൽ പാളങ്ങൾ ഇഴപിരിയുന്നു. കടമയും അധികാരവും വഴിപിരിയുമ്പോൾ ഉത്തരവാദിത്വത്തിന്റെ പ്രത്യയശാസ്ത്രത്തിന് സ്വയം സമർപ്പിച്ച പൗരന്റെ നടുക്കം നോക്കുക: "അപ്പോൾ എന്റെ വണ്ടികളും ഒരായുഷ്കാല ദൃക്സാക്ഷിത്വങ്ങളും എന്തിനായിരുന്നു? അധികാരത്തിന്റെ നൃശംസതകളെക്കുറിച്ചുള്ള പതിവുവിലാപകാവ്യങ്ങളിൽനിന്ന് ഈ കഥയെ വ്യത്യസ്തമാക്കുന്നത് നൈതികതയുടെ സാപേക്ഷികതയിൽ ഊന്നി, അധികാരത്തെയും കടമയെയും വ്യക്തിവിഹ്വലതകളുടെ

പശ്ചാത്തലത്തിൽ ചരിത്രവിചാരത്തിനു വിധേയമാക്കുന്ന രാഷ്ട്രീയം ഇതിലുണ്ട് എന്നതാണ്. എന്താണ് സ്റ്റേഷൻമാസ്റ്റർ എന്ന പ്രതീകത്തിന്റെ പ്രസക്തി? അതിനുത്തരം കഥയിൽത്തന്നെയുണ്ട്: "ഒരേ പാളങ്ങളിൽ രണ്ടു തീവണ്ടികൾ ഓടരുത്. പിഞ്ചുകുഞ്ഞുങ്ങൾ അലറിക്കരയരുത്. കുഞ്ഞുങ്ങൾ നഷ്ടപ്പെട്ട അമ്മമാരുണ്ടാവരുത്. വിധവകൾ ഉണ്ടാവരുത്.." ഭരണം ആവശ്യമാവുന്നത് അരക്ഷിതത്വത്തിന്റെ അസമമായ വിതരണത്തിലാണെന്നും അധികാരവും കടമയും അതിന്റെ മർമപ്രശ്നങ്ങളാവുന്നത് ഈ ചരിത്രപരിസരത്തിലാണെന്നും ശിഹാബുദ്ദീൻ മനസിലാക്കുന്നു.

മൂന്നാംലോകത്തിന്റെ അധിനിവേശാനന്തരരാഷ്ട്രീയം കബന്ധാകാരം പൂണ്ടെത്തുന്ന കഥയാണ് 'വീടുകൾക്കും ജീവനുണ്ട്'. വീടുകൾക്കും ജീവനുണ്ട് എന്നത് ഒരു ന്യൂനോക്തിയാവുന്നു എന്നതാണ് ഇവിടെ കഥാഖ്യാനത്തിന്റെ ശക്തി. ജീവൻമുറ്റുന്ന കബന്ധമായി, ചോരതുടിക്കുന്ന മാംസപാളികളായി, അടർന്നു വീഴുന്ന എല്ലിൻതുണ്ടുകളായി നിലകൊള്ളുകയാണ് വീട്. വഴിയരുകിലെ തീട്ടം ഭക്ഷ്യയോഗ്യമല്ലാത്തതോർത്ത് ദൈവത്തെ ശപിക്കുന്ന ദരിദ്രബാല്യത്തിന്റെയും ലൈംഗികതയുടെ ഇക്കിളിശാസ്ത്രം വായിച്ചും കണ്ടും താണ്ടിയ കൗമാരയൗവനങ്ങളുടെയും പുഴകൾ കടന്നുവരുന്ന എൺപതുകളിലെ യുവാവാണ് ഈ കഥയിലെ ആഖ്യാതാവ്. നക്സലിസത്തിന്റെ വസന്തം അവസാനിച്ച തണുപ്പിലേക്ക്, തനിക്കായി ദൈവം മൗഢ്യത്തിന്റെ അന്ധകാരമല്ലാതെ ഒന്നും ബാക്കി വയ്ക്കാത്തതോർത്ത് യൗവനം പറയുന്നത് നോക്കുക: "ഇംഗ്ലീഷ് തോറ്റ പ്രീഡിഗ്രികളാണ് ഗ്രാമ ദാരിദ്ര്യങ്ങളെ കൂട്ടത്തോടെ കഴുമരത്തിലേറ്റിയത്. സ്കൂളിലെ ഉപ്പുമാവും പുഴുവും പച്ചമുളകും സമരവും കഴിഞ്ഞ് പ്രീഡിഗ്രിയിൽ ഇംഗ്ലീഷ് ഒരു മുതല. കാണാപാഠവും എസർട്ടീവ് സെന്റൻസും കഴിഞ്ഞ് ആരൊക്കെയോ മരണപരാക്രമത്തോടെ നീന്തിക്കയറാൻ ഒരുങ്ങുന്നു. കരയിലെ ഗ്യാലറിയിൽ ആർത്തട്ടഹസിച്ചു ചിരിക്കുന്നത് ഇംഗ്ലീഷ് മീഡിയം കുട്ടികളാണ്. വീടിന്റെ ദുര്യോഗമകറ്റാൻ ഉമ്മ ഉമ്പായിക്കയുടെ മന്ത്രവാദത്തെ ആശ്രയിക്കുമ്പോൾ ഉന്മാദരോഗിയായി ജ്യേഷ്ഠൻ പറയുന്നു: "ഉമ്പായിക്കാ, ഇത് കൂളിന്റേയും കാളീന്റേയും ജിന്നിന്റേയും പണിയൊന്നുമല്ല. അമേരിക്കയുടെ കളിയാണ്. ഞാനിന്നലെ ഉറങ്ങുമ്പോൾ അതേ, ഇന്നലേം കൂടി പെന്റഗൺ വന്നെന്റെ ചോര സിറിഞ്ചിലാക്കി കൊണ്ടുപോയി." രക്തവും മാംസവും എല്ലിൻതുണ്ടുകളും പൊഴിയുന്ന വീടിന്റെ മേൽപ്പുര വൃത്തിയാക്കാൻ ഉമ്മ തീരുമാനിക്കുന്നു. ഓടിളക്കിയപ്പോൾ അവ മാംസപാളികളായി ചോര ചീറ്റി. അയൽക്കാർ ആ വ്യർഥയത്നത്തിന്റെ അരുതായ്മ ഉമ്മയെ ഓർമിപ്പിക്കുന്നതിങ്ങനെ: "ഓട് ഇളക്കേണ്ടിയിരുന്നില്ല. ഞങ്ങളുടെ വീടുകളിലും ഇതു പതിവാണ്. കണ്ടതു കണ്ടില്ല. കേട്ടതു കേട്ടില്ലാന്ന് കർതി ജീവിക്യാ (അല്ലെങ്കിൽ വിഷം കഴിച്ച് മരിക്യാ)." മുന്നറിയിപ്പുകൾ അവഗണിച്ച് ഉമ്മ ഖലാസികളെക്കൊണ്ട് വീട് പൊളിപ്പിക്കുന്നു. തകർന്നുവീണ് വീടിന്റെ പിളർന്ന

മൺകട്ടകൾക്കിടയിൽ നിറയെ പൂർവികരുടെ മുഖച്ഛായയുള്ള ഭ്രൂണങ്ങളായിരുന്നു. "രക്തമില്ലാത്ത കുഞ്ഞുങ്ങൾ ഞങ്ങളെ നോക്കിക്കൊണ്ടിരുന്നു. അവ കരയാൻ കൂടി പഠിച്ചിരുന്നില്ല." ഭൂതകാലത്തെ പൂർവികരുടെ ഛായയിലുള്ള നിസംഗഭ്രൂണങ്ങളായി വീണ്ടെടുക്കുന്ന അനാമ്മെനിസിന ശിഹാബുദ്ദീൻ കൽപ്പിക്കുന്നത് ആഭിചാരത്തിന്റെ ക്രുദ്ധഭാവമാണ്. ഒരു വീട് മറ്റനേകം വീടുകളോടും ഒരു വ്യക്തി മറ്റനേകം വ്യക്തികളോടും പങ്കുവയ്ക്കുന്ന രാഷ്ട്രീയാനുഭവമാണ് ഈകഥയുടെ കാതൽ. നമ്മുടെ ചോര കുടിക്കുന്നത് കാളിയും കൂളിയുമാണോ (പാരമ്പര്യം, യാഥാസ്ഥിതികത്വം, മതബോധം, ശാസ്ത്രവിമുഖത..), അമേരിക്കയും പെന്റഗണുമാണോ (പുത്തൻ കൊളോണിയലിസം, ആശ്രിതത്വം, രാഷ്ട്രീയാടിമത്തം, ആധുനികത...) എന്ന ചോദ്യം ഈ കഥയിൽ മുഴങ്ങുന്നു. എന്നാൽ കഥയിലെ സങ്കീർണമായ പ്രതീകവിന്യാസം ആ ചോദ്യത്തിന്റെ ഉത്തരത്തിലേക്ക് ഉടനടി നിർബന്ധിക്കുന്നില്ല. അത് ആഗോളരാഷ്ട്രീയത്തിന്റെ ഒരു മുഹൂർത്തത്തെ പ്രാദേശികദുരന്തത്തിന്റെ ആഘാതങ്ങളിൽ ദർശിക്കാൻ മാത്രം പ്രേരിപ്പിക്കുന്നു. ചുരുട്ടിയ മുഷ്ടിയും മുദ്രാവാക്യങ്ങളും വ്യക്തമായ തീർപ്പുകളുമില്ലാതെ പിൻവാങ്ങുന്നു. അതുകൊണ്ടുതന്നെ, അനിവാര്യമായെന്നോണം ഈ കഥ അവസാനിക്കുന്നത് ഒരു ചോദ്യത്തിലാണ്: "എനിക്കിവിടെനിന്ന് എങ്ങനെയാണ് രക്ഷാകേന്ദ്രത്തിലെത്താനാവുക?"

മതത്തെ നൈതികതയുമായി ഇഴചേർക്കുന്ന ദാർശനികശീലത്തിന്റെ സങ്കീർണതകളിലേക്കു വായനക്കാരെ ക്ഷണിക്കുന്ന കഥയാണ് 'രണ്ടു സാക്ഷികൾ.' ബൈബിൾവചനങ്ങളും മൂന്നാം മുറകളുടെ ഭീതിദമായ ആശങ്കകളും ഇടകലർത്തുന്ന ആഖ്യാനത്തിൽ സന്നിവേശിപ്പിച്ചിരിക്കുന്നത്, രാഷ്ട്രീയനൈതികതയുടെ മതാത്മകമാനങ്ങളെക്കുറിച്ചുള്ള സന്ദേഹങ്ങളാണ്. "പെരുംകത്തിക്കുമേൽ ബാക്കിയായ അവസാനത്തെ നിരപരാധി"യും 'അജ്ഞാതദൃശ്യത്തിലേക്ക്' മറയുമ്പോൾ തിരുരൂപത്തിനു മുന്നിൽ ചെന്നുനിന്ന് യാന്ത്രികമായി മെഴുകുതിരി കൊളുത്തുകയാണ് തോമസ്. ഒരു കുറ്റകൃത്യത്തിനു സാക്ഷികളായ രണ്ടു വ്യക്തികൾ സ്വന്തം കാഴ്ചയെ തള്ളിപ്പറയാൻ നിർബന്ധിക്കപ്പെടുന്ന അതീവസാധാരണമായ ഒരു കഥാതന്തുവിലാണ് മതനൈതികതയുടെ അത്യസാധാരണമായ ഒരു വിചാരണ ശിഹാബുദ്ദീൻ ചേർത്തുവയ്ക്കുന്നത്. കഥയെഴുത്ത് ആപൽക്കരമായ ഒരു സാഹസികതയാണെന്നറിയുന്ന കഥാകാരനാണ് ശിഹാബുദ്ദീൻ. ഈ കഥയിലെ കേന്ദ്രകഥാപാത്രമായ തോമസ് കുറ്റാന്വേഷണോദ്യോഗസ്ഥരുടെ ചോദ്യംചെയ്യലോ ഭേദ്യംചെയ്യലോ സഹിക്കാനാവാതെ കുഴങ്ങുകയാണ്. കഥയിൽ പരാമർശിതമായ കുറ്റകൃത്യം ഒരു വർഗീയ സംഘർഷത്തിന്റെ പശ്ചാത്തലത്തിലായിരുന്നു. ഒരു എം എൽ എ കാറിൽ ആ സ്ഥലത്ത് അപ്പോൾ ഉണ്ടായിരുന്നുവെന്നാണ് തോമസിന്റെ സാക്ഷിമൊഴി. ഈ മൊഴി മാറ്റിപ്പറയുവാനാണ് ഉദ്യോഗസ്ഥൻ അയാളെ നിർബന്ധിക്കുന്നത്. അയാളുടെ കാഴ്ചയുടെ സത്യമല്ല ഇവിടെ ചോദ്യം ചെയ്യ

പ്പെടുന്നത്. മറിച്ച് തന്റെ കാഴ്ചയുടെ സത്യത്തെ മുറുകെപ്പിടിക്കാനുള്ള അയാളുടെ നിരങ്കുശമായ ശാഠ്യമാണ്. ഉദ്യോഗസ്ഥൻ അയാളോടു പറയുന്നു: 'നിങ്ങൾ കുടുംബമില്ലാത്തവനാണെന്നറിയാം. ലോകത്തിലെ ഏറ്റവും അപകടകാരിയായ സത്യസന്ധൻ. കണ്ണുചൂഴ്ന്നെടുക്കാനുള്ള കത്തി കൊണ്ടുവരണമോ, നിങ്ങളൊന്നുംപറഞ്ഞില്ല." അയാളുടെ കൂട്ടുസാക്ഷിയായ ആനന്ദിന്റെ കണ്ണുകൾ സാക്ഷിവിചാരണയുടെ തലേരാത്രി ചൂഴ്ന്നെടുക്കപ്പെട്ടുവെന്ന സൂചനയിലാണ് കഥ അവസാനിക്കുന്നത്. രാഷ്ട്രീയ പാതകങ്ങളോടുള്ള സംഘടിതമതത്തിന്റെ ചരിത്രപരമായ നിസ്സംഗതയെ കഥാകൃത്ത് പരിഹസിക്കുന്നതിങ്ങനെ; "നോക്കൂ ഒരു ക്രിസ്ത്യാനിയായ നിങ്ങൾക്ക് ഇതിലെന്തു കാര്യം? കണ്ണുകൾ ബാക്കിയായാൽ ഇനിയും ബൈബിൾ വായിക്കാമല്ലോ." അന്വേഷണോദ്യോഗസ്ഥന്റെ സമ്മർദമാണിത്. ഈ വാക്കുകൾ മതത്തെ നൈതികതയുമായി ഘടിപ്പിക്കുന്ന ആത്മീയനാട്യത്തിന്റെ പൊള്ളയായ മുഴക്കം നമ്മുടെ കാതുകളിലെത്തിക്കുന്നു. ഭരണമെന്നത് മതവും അധികാരവും ചേർന്നുള്ള ഒരു കുറ്റകൃത്യമാകുന്നു. സത്യം ഒരു ട്രോപ് (അലങ്കാരനിർമിതി) ആണെന്നും അസത്യങ്ങൾ തിരുത്തപ്പെടുന്ന സത്യമാണെന്നുമുള്ള അധിനിവേശാനന്തരസിദ്ധാന്തത്തിന്റെ ഉൾക്കാഴ്ച ശിഹാബുദ്ദീന്റെ കഥയിൽ രാഷ്ട്രീയവൽക്കരിക്കപ്പെടുന്നു. മതവും അധികാരവും ചേർന്ന് നൈതികതയുടെ മാനദണ്ഡങ്ങൾ നിശ്ചയിക്കുന്നതിന്റെ ദുരന്തം 'ജോസഫിന്റെ മകൻ' എന്ന കഥയിലും തീക്ഷ്ണമായി കടന്നുവരുന്നുണ്ട്. വിരുന്നിനു ക്ഷണിക്കപ്പെട്ട നിസ്വൻ സ്വർഗകവാടത്തിലെത്തുമ്പോൾ തടഞ്ഞുനിർത്തുന്ന ദ്വാരപാലകന്മാരെ അയാൾ വിവരിക്കുന്നതിങ്ങനെ: "ഞാൻ ഗർവിഷ്ഠനായ ഒരു സർക്കാരുദ്യോഗസ്ഥന്റെ മുന്നിലകപ്പെട്ട ഗ്രാമീണനെപ്പോലെ പകച്ചു നിന്നു." താൻ നേരിടുന്ന പ്രതിസന്ധി താൻ ക്ഷണിക്കപ്പെട്ടവനാണെന്ന സത്യം തെളിയിക്കാനാവാത്തതിന്റെ വൈയക്തിക ദുര്യോഗത്തിനപ്പുറം അധികാരത്തിന്റെ മതാത്മകതയും മതത്തിന്റെ അധികാരപ്രമത്തതയും കൈകോർക്കുന്ന ഇഹലോഹത്തിന്റെ പരമാവധിയാണെന്നുമുള്ള തിരിച്ചറിവിലേക്കാണ് 'ജോസഫിന്റെ മകൻ' വായനക്കാരെ നയിക്കുന്നത്. അതിനാൽ അയാൾ തേങ്ങിപ്പോകുന്നതിങ്ങനെ കാരുണ്യമില്ലാത്ത ന്യായംപോലെ മനുഷ്യവിരുദ്ധമായി ലോകത്തൊന്നുമില്ല." മതത്തിന്റെ വാഗ്ദാനങ്ങളും മനുഷ്യജീവിതത്തിന്റെ അനുഭവസാക്ഷ്യങ്ങളും തമ്മിലുള്ള അന്തരം ആത്മാവിന്റെ കണ്ണിലെ ഇരുട്ടായി ശിഹാബുദ്ദീൻ അവതരിപ്പിക്കുന്നു. എല്ലാ മനുഷ്യരുടെയും ജീവിതം ഈ ഇരുട്ടിന്റെ അനന്തമായ തുടർച്ചയാണെന്ന വെളിപാട് ഈ തിരിച്ചറിവിന്റെ ഫലമാണ്. "വിളക്കുകളും വെളിച്ചങ്ങളും ഇരുട്ടിനെ കൂടുതൽ അന്ധമാക്കിക്കളയുന്നു" എന്നുകൂടി പറയുന്നതോടെ മതനൈതികതയെക്കുറിച്ചുള്ള സന്ദിഗ്ധത സങ്കീർണമായൊരു ദാർശനികപ്രശ്നമായി പരിണമിക്കുന്നു.

വിശപ്പ്, കലി, ഭ്രാന്ത്

വിശപ്പ് സമകാലകഥയിലെ സജീവരാഷ്ട്രീയപ്രശ്നമായി നില നിർത്തുന്നതിൽ ചെറുതല്ലാത്ത പങ്കാണ്. ശിഹാബുദ്ദീന്റെ കഥകൾക്കുള്ളത്. 'വീടുകൾക്കും ജീവനുണ്ട്', 'ജോസഫിന്റെ മകൻ', 'റോത്മാൻസിന്റെ ചാരം', 'നാട്യതിലകം' എന്നീ കഥകളിൽ ഈ പ്രമേയം വ്യത്യസ്തരൂപങ്ങളിൽ ആവിഷ്കരിക്കപ്പെടുന്നുണ്ട്. 'വീടുകൾക്കും ജീവനുണ്ട്' എന്ന കഥയിലെ ഗ്രാമദാരിദ്ര്യത്തിന്റെ ബാല്യമുഖമിങ്ങനെ: "വഴിയരുകിലെ തീട്ടം കാണുമ്പോൾ കൊതിയോടെ നിന്നുപോയിരുന്ന കാലമായിരുന്നു അത്. തീട്ടം ഭക്ഷണയോഗ്യമക്കാത്ത അയുക്തികതയിലിരുന്ന് ദൈവത്തെ ഒരുപാടുതവണ ശപിച്ചിട്ടുണ്ട്." "സ്കൂളിലെ ഉപ്പുമാവും പുഴുവും പച്ചമുളകും സമരവും കഴിഞ്ഞ് പ്രീഡിഗ്രിയിൽ ഇംഗ്ലീഷ് ഒരു മുതല." ദാരിദ്ര്യം ബന്ധങ്ങളെ ശിഥിലമാക്കുന്നു. ദാരിദ്ര്യം പങ്കുവയ്ക്കാനാവാതെ രക്തംരക്തത്തോടു പിരിയുന്നു. അതിനാൽ വീടിന്റെ ചിത്രമിങ്ങനെ; "അവിടെ ദാരിദ്ര്യം കരിഞ്ഞൊട്ടിയ അലൂമിനിയപ്പാത്രം. വിഭാഗീയതകൾ, ഒരു വീട്ടിൽ നാലടുപ്പുകൾ. വറ്റിയ കിണറ്റിൻകരയിൽ നിന്നുള്ള കുടിനീർക്കലഹങ്ങൾ... പിന്നെ തലപൊട്ടിയ ചോര. കൂട്ടനില വിളികൾ. ശാപാക്രാന്തങ്ങൾ." 'റോത്മാൻസിന്റെ ചാരം' എന്ന കഥയിൽ രണ്ടു ബാല്യകാല സുഹൃത്തുക്കളാണ് കഥാപാത്രങ്ങൾ. വളർന്നപ്പോൾ ഒരാൾ കഥയെഴുത്തുകാരനായി. അപരൻ വിദേശത്ത് ഉദ്യോഗക്കാരനായി. അവരുടെ ബാല്യം ദാരിദ്ര്യത്തിന്റെ ക്രൂരനഖരങ്ങളിൽ കോർത്തുപോയിരുന്നു. കഥയെഴുത്തുകാരന്റെ ജീവിതം ഈ ദുരന്തയോഗത്തിന്റെ തുടർച്ചയായി. വിദേശത്തു പോയയാൾ പണക്കാരനായി. വിമാനത്തിൽ വീണ്ടും വീണ്ടും വരുന്ന ഗർവിഷ്ഠനായി. ഇപ്പോഴും നിസ്വനായ ബാല്യകാലസുഹൃത്തിനോട് അയാൾക്കു സ്നേഹമാണ്. പക്ഷേ, ആ സ്നേഹത്തിനു പണ്ടു ദാരിദ്ര്യം പങ്കുവച്ചകാലത്തെ ആർദ്രതയില്ല. അയാളുടെ ഗർവ് അവർക്കിടയിൽ ചാരക്കൂമ്പാരമായി ഉയർന്നുനിന്നു. കഥയെഴുത്തുകാരന്റെ ഈ വിലാപം നോക്കുക: "ജബ്ബാറേ നീയിതു ചെയ്യാൻ പാടില്ലായിരുന്നു. നിന്റെ റോത്മാൻസിന്റെ ചാരം എന്റെ മുഖത്തേക്കിങ്ങനെ കുടഞ്ഞെറിയാൻ നിനക്കെങ്ങനെ തോന്നി? നമ്മളൊരുമിച്ച് പട്ടിണി കിടന്നവരായിരുന്നു. മരമില്ലിൽ ചാപ്പയടിച്ച് കൈനിറയെ പച്ചമഷിപുരണ്ട് സ്പൂണിൽ ചോറുവാരിത്തിന്നവരായിരുന്നു. മൂസാനിക്കന്റെ മൂരിവണ്ടിയിൽ രണ്ടര രൂപയ്ക്കു നാറുന്ന മരത്തോൽ കയറ്റി ക്ഷീണിച്ചവരായിരുന്നു. വിശപ്പു സഹിക്കാനാവാതെ ഹോട്ടലിനകത്ത് കട്ടുകയറി മൈദ വാരിത്തിന്ന് വെള്ളം കുടിച്ചവരായിരുന്നു. ജബ്ബാറേ, നീയെങ്ങനെയൊരു റോത്മാൻസായി?" ഒരു കഥയെഴുതിയാൽ എന്തു കിട്ടുമെന്നുള്ള പുച്ഛം കലർന്ന ചോദ്യത്തോടുള്ള പ്രതികരണമാണ് ഈ ആത്മഭാഷണം. ഈ കഥയിലെ വീടുകൾക്കും ജീവനുണ്ട്: "നമ്മുടെ വീടിനകത്തെന്നും ഇരു

ട്ടായിരുന്നല്ലോ ജബ്ബാർ.. അതിനകത്തെ മനുഷ്യർക്കൊക്കെ വിശപ്പും കലിയുമായിരുന്നല്ലോ?" ചെറുപ്പത്തിൽ ഹോട്ടലിൽനിന്ന് തലേന്നത്തെ എണ്ണ കാറുന്ന പലഹാരം പാതിവിലകൊടുത്തു വാങ്ങിത്തിന്നു മടുക്കുന്ന ബാല്യം കടന്നുപോയി. പക്ഷേ, കഥയെഴുത്തുകാരന്റെ ജീവിതം വേദനകളുടെയും അപമാനങ്ങളുടെയും ബാക്കിപത്രമായി തുടരുകയാണ്. "ഒരു കദയെഴ്തിയാ ന്ത് കിട്ടും?" എന്ന ചോദ്യത്തിനുള്ള മൗനമായ മറുപടിയിങ്ങനെ: "ഒരു കഥയെഴുതിയാൽ കിട്ടുന്നത് വേദന. കഥകൊണ്ടു നടക്കുമ്പോഴും കൊണ്ടുപോയി കൊടുത്താലും." ഉദ്യോഗക്കാരന്റെ ഭാര്യയും ഇറച്ചിമാറ്റി വച്ച ബിരിയാണി വിളമ്പി അയാളെ അപമാനിച്ചു. 'എഴുതുമ്പോൾ മാത്രം ശബ്ദിക്കുന്ന' 'തൊണ്ടക്കുഴിയിൽ നുറുങ്ങി പൊട്ടിപ്പോകുന്ന' അക്ഷരങ്ങളിൽ അയാളുടെ ക്രോധം ദമിതമായി കിടക്കുകയാണ്. 'ജോസഫിന്റെ മകൻ' എന്ന കഥയിൽ ദാരിദ്ര്യം തീകൊളുത്തുന്ന നിഷേധചിന്തയെ മറികടക്കാനുള്ള നിസ്വന്റെ ശ്രമങ്ങൾ സംഗ്രഹിക്കപ്പെടുന്നതിങ്ങനെ: "ഭക്ഷണശാലയിൽനിന്ന് ഉന്തിപ്പുറത്താക്കിയപ്പോൾ സ്വപ്നം കൊണ്ടു ഞാൻ അകത്തുകയറി. വസ്ത്രമുരിഞ്ഞെന്നെ അപമാനിതനാക്കിയവരോട് ഞാൻ സ്വപ്നവസ്ത്രമണിഞ്ഞ് പ്രതികാരം തീർത്തു. വിളക്കുകൾ ഊതിക്കെടുത്തിയപ്പോൾ കിനാവുകൊണ്ട് വെളിച്ചമുണ്ടാക്കി." 'റോത്മാൻസിന്റെ ചാര'ത്തിലെ കഥാകാരനും ഈ അർഥത്തിൽ 'ജോസഫിന്റെ മകൻ'തന്നെ. അയാൾ വിചാരിക്കുന്നതിങ്ങനെ: "വിമാനം കയറി ഓരോ വരവ് വന്നപ്പോഴും നീ എനിക്കായി കൂർത്ത കുരിശു കൊണ്ടുവന്നു. വാക്കുകളുടെ ആണിയടിച്ച് നീ ചിരിച്ചു. എവിടെയോ മുഖമടിച്ച് വീണ് തോറ്റവനായിരുന്നല്ലോ ഞാൻ. നമ്മൾ ബുദ്ധികൊണ്ട് തുല്യരായിരുന്നെങ്കിലും സ്വപ്നം കൊണ്ട് വ്യത്യസ്തരായിരുന്നല്ലോ. നീ കഥകളൊക്കെ യാഥാർഥ്യമാക്കി. എന്റെ കഥകളൊക്കെ കടലാസിൽ മാത്രം ഒതുങ്ങി." വ്യത്യസ്ത കഥകളിലെ വീടുകളും വീടുകളും തമ്മിൽ, വ്യക്തികളും വ്യക്തികളും തമ്മിൽ അനിവാര്യമായ സമാന്തരങ്ങളിലൂടെ സാദൃശ്യങ്ങളിലൂടെ സമാനതകളിലൂടെ വൈയക്തികതയും സാമൂഹികതയും തമ്മിലുള്ള വൈരുധ്യാത്മകത ശിഹാബുദ്ദീൻ ഗാഢമാക്കുന്നു. കടശിയില്ലാത്ത കഥാഭാവങ്ങൾ ഒന്നുചേരുന്ന രൂപരഹിതമായ ജീവിതത്തിന്റെ അദൃശ്യവാതായനങ്ങൾ തുറന്ന് ഈ കഥാകാരൻ വായനക്കാരെ ദുര്യോഗങ്ങളുടെ അനുസ്യൂതിയിലേക്കു ക്ഷണിക്കുന്നു.

'അനന്തകൃഷ്ണന്റെ ഇടവഴികൾ' എന്ന കഥയുടെ ഉപരിതലത്തിൽ നാം കാണുന്നത് ചിത്തഭ്രമത്തിന്റെ ഇരുമ്പാണികൾ തറഞ്ഞ് ശിഥിലമായ ഒരു ജീവിതത്തെയാണ്. ചുറ്റുമുള്ളവരെല്ലാം തനിക്കെതിരേ ഗൂഢാലോചന നടത്തുന്നവരും അസാന്മാർഗികളുമാണെന്നു വിശ്വസിക്കുന്ന അനന്തകൃഷ്ണൻ, ഈ ലോകത്തിന്റെ കാപട്യങ്ങളിൽ മനസുമടുത്ത് തിരിച്ചടിക്കാനൊരുങ്ങുന്നു. പരീക്ഷാഹാളിൽ താൻ ഒഴികെയുള്ളവർക്ക് ഉത്തരങ്ങൾ കോപ്പിയടിക്കാനായി നൽകുന്ന വിജയരാഘവൻമാഷും,

വിദ്യാർഥി സദാനന്ദനുമായി അവിഹിതബന്ധം പുലർത്തുന്ന മാഷിന്റെ ഭാര്യ സുമിത്രസാറും, പി എസ് സി ഓഫീസിലേക്ക് അനന്തകൃഷ്ണൻ അയച്ച അപേക്ഷാഫോറത്തിൽ പിറ്റേന്ന് മീൻ പൊതിഞ്ഞു നൽകുന്ന മീൻകാരി പാറുവമ്മയും ഐ എം എഫിൽ അടയ്ക്കാനുള്ള പണം വസൂലാക്കാനെന്നെ വ്യാജേന ജനങ്ങളുടെ കയ്യിൽനിന്നു കാശുപിരിക്കുന്ന സ്ഥാപനവും തന്റെ വീടിന്റെ സ്വകാര്യതയെ ഇരുട്ടിന്റെ മറവിൽ അതിലംഘിക്കുന്ന ഗൂഢാലോചനക്കാരും ഈ വിഭ്രമക്കാഴ്ചകളുടെ ഒടുവിൽ നിര്യാതനാവുന്ന നായകനുമാണ് ഈകഥയുടെ ബാഹ്യഘടനയെ നിർവചിക്കുന്നത്. എന്നാൽ കഥയുടെ ഒടുവിൽ അനന്തകൃഷ്ണന്റെ മരണം ആത്മഹത്യയോ കൊലപാതകമോ എന്ന സംശയം ഉയർന്നുവരുന്നതോടെ ഈ ബാഹ്യഘടന ഉടയുന്നു. വിരലടയാള വിദഗ്ധർ ഇതൊരു ആത്മഹത്യയാണെന്നും പോസ്റ്റുമോർട്ടം ചെയ്ത ഡോക്ടർ സ്വയം കഴുത്തുഞെരിച്ചു മരിക്കാൻ ഒരു വ്യക്തിക്കു കഴിയാത്തതിനാൽ ഇതൊരു കൊലപാതകമാണെന്നും വിധിയെഴുതുമ്പോൾ, ഒരു ഭ്രാന്തന്റെ കഥ വായിക്കുന്നുവെന്ന നമ്മുടെ സുരക്ഷിതത്വബോധം ശിഥിലമാവുന്നു. നാം കഥയിലേക്കു തിരിച്ചു സഞ്ചരിക്കാൻ നിർബന്ധിതരാവുന്നു. വിജയരാഘവൻമാഷും സുമിത്രസാറും സദാനന്ദനും മീൻകാരി പാറുവമ്മയും ഐ എം എഫും പി എസ് സിയുമെല്ലാം പുനർവിചാരണയുടെ കൂട്ടിൽ കയറിനിൽക്കുന്നു. അനന്തകൃഷ്ണന്റെ സാക്ഷ്യങ്ങൾ ഭ്രാന്തന്റെ വിഭ്രമക്കാഴ്ചകളെന്നതിനപ്പുറം പൊട്ടിത്തെറിക്കുന്നു. ഒരിക്കൽകൂടി അനന്തകൃഷ്ണൻ വാദിയും സമൂഹം പ്രതിയുമാകുന്നു. അയാളുടെ കാഴ്ചകൾ കേവലം ഉന്മാദിയുടെ ഉദ്വേഗങ്ങളായിരുന്നില്ലെന്നും നാം കണ്ടില്ലെന്നു നടിക്കുന്ന നമ്മുടെ അധോലോകത്തിനുനേരെ അയാൾ പിടിക്കുന്ന കണ്ണാടിയെ നാം അവഗണിക്കുകയായിരുന്നുവെന്നും വായനക്കാർ തിരിച്ചറിയുന്നു. അനന്തകൃഷ്ണന്റെ മരണം ആത്മഹത്യയോ കൊലപാതകമോ എന്ന സന്ദിഗ്ധതയിൽ ശിഹാബുദ്ദീൻ കൊളുത്തിയിടുന്നത് സമൂഹത്തെ സമൂഹത്തിനുള്ളിൽ നിന്ന് സമൂഹത്തിന്റെ മുൻഗണനകൾക്കു വഴങ്ങാതെ തുറിച്ചുനോക്കുന്ന വ്യക്തിയുടെ സന്ദേഹങ്ങളാണ്. ഇത് സദാചാരത്തിന്റെയും രാഷ്ട്രീയവ്യവസ്ഥയുടെയും ചരിത്രപരമായ ആപേക്ഷികതയിൽ ഊന്നിയുള്ള സാംസ്കാരിക വിചാരണയാണ്. വ്യക്തിജീവിതത്തിന്റെ ഇടവഴികളിൽ ഭ്രാന്തിന്റെ സാമൂഹികതയും സമൂഹത്തിന്റെ ഭ്രാന്തും വേർതിരിക്കുന്നതെങ്ങനെയെന്ന ചോദ്യത്തിലേക്ക് നമ്മെ നിർബന്ധിക്കുന്നു. കഥയിലെ തീർപ്പില്ലായ്മ അങ്ങനെ നമ്മുടെ ബോധാബോധങ്ങളുടെ തീർപ്പില്ലായ്മയായി മാറുന്നു.

'കത്തുന്ന തലയണ' എന്ന കഥയിൽ 'അനന്തകൃഷ്ണനെ' നാം വീണ്ടും സന്ധിക്കുന്നു.പക്ഷേ, ഇപ്പോഴയാൾക്കു പേരില്ല. അയാൾ പണക്കാരന്റെ നിസ്വനായ സുഹൃത്തായി. ജോസഫിന്റെ മകനായി, മാംസപാളികളായി അടരുന്ന വീട്ടിലെ നിസ്സഹായനായ അന്തേവാസിയായി,

ഗൂഢാലോചനക്കാർക്കിടയിലെ ഒരേയൊരു നേർബുദ്ധിയായി രൂപാന്തരം പ്രാപിക്കാൻ കെൽപ്പുള്ള അമൂർത്ത വ്യക്തിയാണ്. അത്ഭുതപ്പെടുന്നതെന്തിന് എന്ന ചോദ്യം മുഖത്തെറിഞ്ഞ് തികച്ചും സ്വാഭാവികമായി പരിണാമം എന്നു ഭാവിച്ച് ഭാവിക്കാതെ ഭ്രാന്തുമായി അയാൾ ബന്ധുത്വം സ്ഥാപിച്ചുകഴിഞ്ഞിരിക്കുന്നു. ഭ്രാന്തും ഭ്രാന്തില്ലായ്മയും തമ്മിലുള്ള (അ) വിശുദ്ധബന്ധം പുറത്തായിക്കഴിഞ്ഞു. അതിനാൽ കഥ തുടങ്ങുന്നതിങ്ങനെ: "ഒരിക്കലൊരാൾക്ക് ഭ്രാന്തു വന്നു. അയാൾ ഞാൻ തന്നെയായിരുന്നു. ഓർമകളുടെ ഭയാനകമായ മുനമ്പിൽ ഞാനെന്തോ ഓർത്തിരിക്കുകയായിരുന്നു. അപ്പോഴാണ് രൂപമില്ലാത്ത രൂപമായും ഭാവമില്ലാത്ത ഭാവമായും മാന്ത്രികമായ ചുവടുവയ്പുകളോടെ ഭ്രാന്ത് എന്റെയരുകിൽ വന്നത്. "താൻ തന്നെയാണ് മോചനവും മുക്തിയുമെന്ന് പ്രവാചകനെപ്പോലെ നിലകൊണ്ട് ഭ്രാന്ത് അയാളെ തന്നിലേക്കു ക്ഷണിക്കുമ്പോൾ അന്യതാബോധമല്ല അയാൾ കീഴടക്കുന്നത്. കാരണം അയാൾക്ക് 'ഭ്രാന്തിനോട് എന്തെന്നില്ലാത്ത ബന്ധുത്വം' തോന്നുകയായിരുന്നു. ഭ്രാന്തിനു വാഗ്ദാനം ചെയ്യാനുണ്ടായിരുന്നത് യുക്തിയും യുക്തിരാഹിത്യവുമില്ലാത്ത ലോകമായിരുന്നു. വിശപ്പും കലിയുമില്ല. സ്നേഹത്തിന്റെ ക്രൂരതകളും മോഹത്തിന്റെ വന്യതകളുമില്ല. ഒരു വിഭവവും വിശപ്പടക്കാത്ത യുക്തിയുടെ ലോകം എത്ര ഭയാനകമാണ്. പാദങ്ങളിൽനിന്ന് കാലത്തെയും ശരീരത്തിൽ നിന്ന് സ്വയംബോധത്തെയും കുടഞ്ഞെറിയാനാണ് ഭ്രാന്ത് ആവശ്യപ്പെടുന്നത്. സാധാരണത്വം ചികിത്സിച്ചു മാറ്റാനാവാത്ത രോഗമാണെന്ന ലാക്കാന്റെ നിരീക്ഷണം നമുക്കിവിടെ ഓർമിക്കാം.

കാമം, രോഗം, വിലോഭനം

ലൈംഗികതയുടെ രാഷ്ട്രീയത്തോടു സംവദിക്കുന്ന ശക്തമായൊരു ധാര സമകാലമലയാളകഥയിലുണ്ട്. സ്ത്രീ-പുരുഷബന്ധത്തിന്റെ യാഥാസ്ഥിതിക നിർവചനങ്ങളെ കഥ ഇനിയും പുറത്തുനിന്ന് വെല്ലുവിളിച്ചു തുടങ്ങിയിട്ടില്ല. എന്നാൽ കഥയിൽ ചവിട്ടുമ്പോൾ പൊട്ടുന്ന കുഴിബോംബായി, കഥാകൃത്തുക്കൾ, ഈ രാഷ്ട്രീയത്തിന്റെ വ്യാഖ്യാനങ്ങൾ പ്രതീതവിന്യാസത്തിന്റെ യുദ്ധഭൂമിയിൽ ഒളിപ്പിച്ചിട്ടുണ്ടെന്നത് നമ്മുടെ വായനാനുഭവം. ശിഹാബുദ്ദീന്റെ കഥകളിലും ഈ ധാര ശക്തിയായി നിലകൊള്ളുന്നുണ്ട്. 'യക്ഷിപ്പാണ്ട്, വേരുശിൽപ്പം, ജന്തു, ജീവപര്യന്തം എന്നീ കഥകളിൽ വ്യത്യസ്ത രൂപഭാവങ്ങളിൽ ഈ പ്രമേയം കടന്നുവരുന്നു. സ്ത്രീയെക്കുറിച്ചും കാമത്തെക്കുറിച്ചും വിലോഭനത്തെക്കുറിച്ചുമുള്ള പുരുഷാധിപത്യലോകത്തിന്റെ പ്രത്യയശാസ്ത്രമാണ് ഈ കഥകളിൽ അനാവരണം ചെയ്യപ്പെടുന്നത്. 'യക്ഷിപ്പാണ്ട്' എന്ന കഥയിലെ കേന്ദ്രകഥാപാത്രങ്ങൾ പാറുവെന്ന വേശ്യയും കുട്യസ്സൻ എന്ന അവളുടെ ആദ്യകാല പ്രണയാടിമയുമാണ്. വേശ്യയുമായുള്ള സംസർഗം, നിരവധി യുവാക്കളെ രോഗികളാക്കി മാറ്റി. വിലോഭനത്തിന്റെ പ്രതീകമായി അവർ നഗ

രത്തിന്റെ രാത്രികളെ കാമാതുരമാക്കി. കുട്യസ്സൻ അത്തരത്തിൽ രോഗിയായി മാറിയ കാമിയായിരുന്നു. കാമത്തിന്റെ വിലോഭനത്തിന്റെ ലിംഗപരമായ അന്യോന്യത പുരുഷാധിപത്യലോകം അംഗീകരിക്കുന്നില്ല. അത് സ്ത്രീയെ പുരുഷനെ പ്രലോഭിപ്പിക്കുന്ന യക്ഷിയായി, കാമത്തിന്റെ നിഷേധഭാവങ്ങളുടെ പൈശാചികരൂപമായി വിചാരണ ചെയ്യുന്നു. സൗന്ദര്യത്തിന്റെ ആസ്വാദനത്തിലാവട്ടെ, അത് സംഭോഗത്തെ സ്ത്രീശരീരത്തിനുമേലുള്ള പുരുഷശരീരത്തിന്റെ വിജയമായി ആഘോഷിക്കുന്നു.വിലോഭനം എന്നത് ഏകപക്ഷീയമായ വൈകാരികഭാവമല്ലെന്നും സ്ത്രീ–പുരുഷബന്ധത്തിന്റെ അന്യോന്യതയിലാണ് അത് പിറവികൊള്ളുന്നതെന്നും, വിസ്മരിക്കുന്നു. 'യക്ഷിപ്പാണ്ടി'ലെ വേശ്യയെ അവളുടെ പുതിയ പ്രണയാടിമകളുടെ എതിർപ്പിനെ നേരിട്ടുകൊണ്ട് കഴുത്തുഞെരിച്ചുകൊല്ലുന്ന കുട്യസ്സൻ പുരുഷാധിപത്യത്തിന്റെ ഈ വിഭ്രമത്തെ രാഷ്ട്രീയവൽക്കരിക്കുകയാണ് ചെയ്യുന്നത്. എന്തുകൊണ്ടാണ് വേശ്യയെത്തേടിപ്പോകുന്ന ഒരു യുവാവിനെപ്പോലും നിഗ്രഹിക്കാൻ മുതിരാതെ, കുട്യസ്സൻ സ്ത്രീയെത്തന്നെ കൊല്ലുന്നത്? വിലോഭനത്തിന്റെ പ്രഭവം സ്ത്രീയാണെന്ന മതസങ്കൽപ്പമാണ് പുരുഷാധിപത്യലോകം പങ്കുകൊള്ളുന്നത്. പാറു മരിക്കുമ്പോൾ നഗരവാസികൾ കാണുന്ന കാഴ്ചയിങ്ങനെ: "പാറു കാലത്തിലൂടെ യാത്ര ചെയ്യുന്ന യക്ഷി. അവളുടെ ദേഹത്താകട്ടെ പാണ്ടും പകർച്ചവ്യാധികളും. നിലാവിന്റെ നുറുങ്ങുകളിൽ അവളുടെ യക്ഷിത്വവും പാണ്ടും സമർഥമായി ഒളിപ്പിക്കപ്പെട്ടു. അവൾ കൂടുതൽ വെളുത്തു. കൂടുതൽ സുന്ദരിയായി." ഇത് നഗരവാസികളുടെ പുത്തൻതിരിച്ചറിവായി അവതരിപ്പിക്കുന്നേടത്താണ് ഈ കഥ പുരുഷാധിപത്യത്തിന്റെ തീർപ്പുകളെ സൗമ്യമായെങ്കിലും വിചാരണ ചെയ്യുന്നത്. കാമത്തെയും വിലോഭനത്തെയും കുറിച്ചുള്ള സ്വന്തം തെറ്ററിവുകളാണ് അവരെ വേശ്യയുടെ അരികിലേക്കു നയിച്ചത്. രോഗവും വ്യസനങ്ങളും കാമത്തിന്റെ ആഘാതങ്ങളായി അവർ വൈകിമാത്രം തിരിച്ചറിയുന്നതെന്തുകൊണ്ട്? കുട്യസ്സന്റെ ആഭിചാരം സ്ത്രീ–പുരുഷബന്ധത്തിന്റെ ഗാഢമായ അന്യോന്യതകളെക്കുറിച്ചുള്ള അറിവില്ലായ്മയിൽനിന്നാണ് ഊർജം തേടുന്നത്. അതിനാൽ അത് വ്യർഥമായി പരിണമിക്കുന്നുവെന്ന് കഥാകാരൻ ദ്യോതിപ്പിക്കുന്നതിങ്ങനെ. "അവളിപ്പോൾ പ്രപഞ്ചത്തിനും മുകളിൽ ഒരിക്കലും മരിക്കാത്ത ശക്തിയാണ്. മാടമ്പിയുടെ പ്രവിശ്യയും കടന്ന് ഭൂമിക്കു മീതെ പുതിയ നിലാവും കാത്തിരിക്കുന്നു."

'ജന്തു' എന്ന കഥയിൽ കാമത്തിന്റെയും വിലോഭനത്തിന്റെയും പ്രസന്നതകളെ രോഗം ചവിട്ടിത്താഴ്ത്തുന്നുവെന്ന ഈ പുരുഷവീക്ഷണം ഒരിക്കൽകൂടി വിചാരണചെയ്യപ്പെടുന്നു. അഗമ്യഗാമിയായ ഒരുവൻ തന്റെ ഭാര്യ ഗർഭിണിയാവുമ്പോൾ ആശുപത്രിയിൽ നടക്കുന്ന ടെസ്റ്റുകളിൽ എലിസാ ടെസ്റ്റും ഉണ്ടെന്നറിഞ്ഞു വ്യാകുലനാവുന്ന ചിത്രമുണ്ട് ഈ കഥയിൽ. "പുറത്തെ നിലാവ് കെട്ടുപോയി. ഇരുട്ടിനെ അയാൾ ഒരുകു

ട്ടിയെപ്പോലെ ഭയന്നു. താനകപ്പെട്ട ഏകാന്തശൂന്യതയ്ക്കു ചുറ്റും മരിച്ചു പോയവർ വന്നുനിൽക്കുന്നതായി അയാൾക്കനുഭവപ്പെട്ടു. ഒരു കാലത്ത് കൊടുങ്കാറ്റുലയുന്ന യൗവനവുമായി കാട്ടുചെന്നായ്ക്കൾക്കു തീറ്റ കൊടുക്കാനാധിപൂണ്ട തന്റെ തന്നെ ഭാവങ്ങൾ. പലതവണ തന്നെത്തന്നെ അരിഞ്ഞുകൊടുത്തിട്ടും അടങ്ങാത്ത വിശപ്പിന്റെ കുറ്റബോധം കലർന്ന ദുര ഒന്നല്ലാ രണ്ടല്ലാ..." ഭീതിയുടെ ദംഷ്ട്രയിൽ കോർത്തു പോയപ്പോൾ അയാളറിയാതെ ഭക്തനാവുന്നു. "എഴുപതുകളിൽ *കോമ്രേഡും വാക്കും* സഹപാഠികൾക്കു വിറ്റു നടന്ന വിപ്ലവകാരിയാണ് ആതുരതയുടെ ആശങ്കകളിൽ ഭക്തനാവുന്നത്. പുരുഷലോകത്തിന്റെ യുക്തികളെ ആ കഥ കുത്തിനോവിക്കുന്നത് അയാളുടെ ഒരു സ്വപ്നകാഴ്ചയുടെ വിവരണത്തിലാണ്: ചിതറിത്തെറിച്ചു പായുന്ന രാത്രി വണ്ടി. മൂത്രവും ബീഡിപ്പുകയും നാറുന്ന മുഷിഞ്ഞ കമ്പാർട്ട്മെന്റിലെ കക്കൂസിനു മുന്നിൽ ഏതോ മറാത്തി ദിനപ്പത്രവും വിരിച്ച് ചുരുണ്ടുകിടക്കുന്ന വിമല. എണ്ണമയമില്ലാത്ത തലമുടിക്കകത്തുനിന്ന് കണ്ണുകൾ കുഴിയിലാണ്ടു ദീനമായി നോക്കുന്ന മകൾ. മോളേ, അച്ഛൻ ചെയ്ത പാപം." എന്നിട്ടും എലിസാ ടെസ്റ്റിന്റെ ഫലം നെഗറ്റീവാണെന്നറിയുമ്പോൾ അഗമ്യതയുടെ അതിരുകൾ ലംഘിക്കാൻ അയാൾ മുതിരുന്നുവെന്ന സൂചനയോടെയാണ് കഥ അവസാനിക്കുന്നത്.

'യക്ഷിപ്പാണ്ടി'ലും 'ജന്തു'വിലും തെളിയുന്ന പുരുഷന്റെ വൽനറബിലിറ്റി എന്ന പ്രമേയം ശക്തമായി ആവിഷ്കരിക്കപ്പെടുന്നത് 'വേരുശിൽപ്പം' എന്ന കഥയിലാണ്. ആ കഥയിലെ നാണുമൂപ്പൻ മരത്തിന്റെ വേരുകളിൽനിന്ന് പുരുഷരൂപങ്ങൾ കൊത്തിയെടുക്കുന്ന നിസ്വനായ ശിൽപ്പിയായിരുന്നു. അയാളുടെ ശിൽപ്പങ്ങളുടെ 'പൗരുഷ'ത്തിൽ 'ഭ്രമി'ക്കുന്ന ഒരു ജർമൻ ഗവേഷക അയാളുടെ ബീജവും ഉദരത്തിലേറ്റി തിരിച്ചു പോകുന്നു. അയാൾ വിവാഹിതനായെങ്കിലും കുട്ടികളില്ലാത്ത ദാമ്പത്യമായിരുന്നു അത്. ജർമൻകാരിയിൽ തനിക്കുണ്ടായ കുട്ടിയെ ഓർത്ത് ഓരോ നിമിഷവും അയാൾ നീറിക്കൊണ്ടിരുന്നു. എന്നാൽ അവളാകട്ടെ അയാളെ പിന്നീട് പൂർണമായും അവഗണിച്ചു. കുട്ടിയുടെ ഒരു ചിത്രംപോലും അവൾ അയാൾക്ക് അയച്ചുകൊടുത്തില്ല. കുട്ടി വളർന്നു. അവൾ ജർമനിയിൽ അറിയപ്പെടുന്ന യുവശിൽപ്പിയായി. മകളെ ഒരിക്കലെങ്കിലും ഒന്നു കാണണമെന്ന് നാണുമൂപ്പന്റെ ദീനമായ അപേക്ഷ അവളും അവഗണിക്കുകയാണ്. യൂറോപ്യൻ വനിതയും മൂന്നാം ലോകത്തെ പുരുഷനും എന്ന ബാഹ്യബന്ധം കൊണ്ടുമാത്രം നിർവചിക്കുന്ന തീർക്കാനാവാത്തതാണ് 'പിതൃത്വം' എന്ന സങ്കൽപ്പത്തിന് ഈ കഥയേൽപ്പിക്കുന്ന പ്രഹരം. 'അച്ഛൻ' എന്നത് സ്ഥാപിച്ചെടുക്കാനാവാത്ത അധികാരമാണെന്നു ധ്വനിപ്പിക്കുന്നതിലൂടെ പിതൃ അധികാരത്തിന്റെ ചരിത്രപരതയും ആ ചരിത്രപരത സൃഷ്ടിക്കുന്ന വൽനറബിലിറ്റിയും ശിഹാബുദ്ദീൻ വെളിവാക്കുന്നു. അവഗണിക്കപ്പെടുകയും അവഹേളിക്കപ്പെടുകയും ചെയ്യുന്നതിന്റെ പിതൃത്വത്തെയോർത്തു ദീനമായി വിലപിക്കുന്ന

നാണുമൂപ്പൻ സമകാലകഥയിലെ കരഞ്ഞു പിൻവാങ്ങുന്ന പുരുഷവ്യൂഹത്തിലെ മറ്റൊരു കാലാളാവുന്നു.

പുരുഷനെ ഈ വൾനറബിളിറ്റി 'ജീവപര്യന്തം' എന്ന കഥയിലെ കുടുംബനാഥനെ തിരഞ്ഞുപിടിച്ചു കടിക്കുന്ന ഉറുമ്പായി പ്രത്യക്ഷപ്പെടുന്നു. ഉണ്ണാനിരിക്കുമ്പോൾ അയാളുടെ ചോറിൽ മാത്രം കല്ല്. ട്രെയിൻയാത്രയിൽ അയാൾക്കെതിരെ മാത്രം എപ്പോഴും ഒരു കുഷ്ഠരോഗി. മാഷ് ക്ലാസിൽ പറയുന്നത് അയാളുടെ ബാല്യത്തിനു മാത്രം വഴങ്ങുന്നില്ല. അയാളുടെ മാർക്കുലിസ്റ്റിൽ മാത്രം എപ്പോഴും പേരിൽ അക്ഷരത്തെറ്റ്. ഭാര്യയും മക്കളുമൊത്തു കിടക്കുമ്പോൾ അയാൾ മാത്രം ഉറുമ്പരിച്ചു തിണർത്തു. "സുഖമായുറങ്ങുന്ന ഭാര്യ. താൻ മുറിയിൽ ഒറ്റയ്ക്കാണെന്നും വിനിമയം ചെയ്യപ്പെടാനാവാത്ത ഒരു ജഡവസ്തുവാണു താനെന്നും അയാൾക്കു തോന്നി." 'ആൺ തീവണ്ടി' എന്നൊരു കവിതുയണ്ട്. ശിഹാബുദ്ദീന്റേതായി. 'കടൽ മരുഭൂമിയിലെ വീട്' എന്ന സമാഹാരത്തിൽ.

"പുരുഷന്മാരെ മാത്രം നിറച്ച തീവണ്ടി
തുരങ്കത്തിലൂടെ പൊയ്ക്കൊണ്ടിരുന്നു.
തീവണ്ടിക്കകത്തു നിന്ന് മീശയ്ക്കിടയിലൂടെ
അലർച്ചയും അട്ടഹാസങ്ങളും;
മസിലുകൾ കാട്ടി ആരോടെന്നില്ലാതെ
വെല്ലുവിളികൾ
അതെ പുരുഷന്റെ വന്യമായ അലർച്ചയുടെ തുരങ്കം."

തങ്ങൾ മാത്രം കയറിയ തീവണ്ടിയിൽ സ്ത്രീ-പുരുഷബന്ധത്തിന്റെ അന്യോന്യതയിലേക്കു പൊറുതിമുട്ടിക്കുന്ന സ്റ്റേഷനിൽ പുരുഷന്മാർ ഇറങ്ങുകയാണ്. മസിലുപിടിത്തത്തിന്റെയും വന്യമായ അലർച്ചയുടെയും ഏകാന്തത അവസാനിക്കുന്നു. ലോകം മാറുന്നുവെന്ന യാഥാർഥ്യത്തിലേക്ക് അവർ കുടഞ്ഞെറിയപ്പെടുന്നു. തങ്ങളുടെ വെല്ലുവിളികൾ 'ആരോടെന്നില്ലാതെ' ആയിരുന്നുവെന്നും അലർച്ചകൾ അർഥരഹിതമായിരുന്നുവെന്നും തിരിച്ചറിയുന്ന നിമിഷങ്ങൾ ശിഹാബുദ്ദീന്റെ കഥകളിലെ ഘടികാരത്തിൽ ശബ്ദിച്ചുണരുന്നതു കണ്ട് പുരുഷന്മാർ നിലവിളിക്കുകയാണ്.

അവസാനിക്കാത്ത കഥകൾ

ശിഹാബുദ്ദീന്റെ കഥകൾ അവസാനിക്കുന്നില്ല. ജീവപര്യന്തം എന്ന കഥയിലെ കുടുംബനാഥന്റെ ചിത്രം ശിഹാബുദ്ദീൻ വരയ്ക്കുന്നതിങ്ങനെ: "അവസാനിക്കാത്ത കഥപോലെ അയാൾ ഇരുട്ടിന്റെ യാതനാസഞ്ചാരത്തിൽ ചൊറിഞ്ഞുപുകഞ്ഞുകൊണ്ടിരുന്നു. "അധികാരം, മതം, നൈതികത, ദാരിദ്ര്യം, ഭ്രാന്ത് ലൈംഗികത എന്നിങ്ങനെ ജീവിതത്തിന്റെ വിഭിന്നഭാവങ്ങളുടെ തീക്ഷ്ണമുഹൂർത്തങ്ങൾ രാഷ്ട്രീയവത്കരിക്കുകയും ചരിത്രവൽക്കരിക്കുകയും ചെയ്യുന്ന ധീരവും ദീപ്തവുമായ ഒരു രചനാ

സങ്കേതത്തിലൂടെ ശിഹാബുദ്ദീൻ തന്റെ കഥകളെ പരിണാമഗുപ്തിയെന്ന യാഥാസ്ഥിതികത്വത്തിനു വിട്ടുകൊടുക്കാതെ നമ്മുടെ നേരെ ചുഴറ്റിയെറിയുന്നു. ഇയാൾ പ്രത്യയശാസ്ത്രങ്ങളെ പതിയിരുന്നാക്രമിക്കുന്ന ഒളിപ്പോരാളി. നമ്മുടെ ശീലങ്ങളെ നമുക്കെതിരെ സാക്ഷി നിർത്തുന്ന ജനകീയകോടതിയിലെ വിചാരകൻ. ഉറുമ്പുകളെക്കുറിച്ച് ശിഹാബുദ്ദീൻ പറയുന്നത് ഈ കഥാകാരനും അത്ഭുതകരമാംവിധം യോജിക്കുന്നു. "കാഴ്ചയിൽ പ്രച്ഛന്നമായി, സ്വർഗത്തിൽ ഒളിപ്പോരാളിയായി, അവർ അത്തരം ശരീരങ്ങളെ മനസിന്റെ ചുട്ടുനീറ്റുന്ന സ്പർശിനികളാൽ വേവിച്ചുകൊണ്ടേയിരിക്കും. മരണം വരെ."